തീണ്ടാരികൾ

theendarikal
(novel)

•

suhara koottayi

•

first edition
june 2019

•

typesetting
dbh overbridge Tvpm

•

published
chintha publishers, thiruvananthapuram

•

cover
vinod mangoes

വിതരണം

ദേശാഭിമാനി ബുക്ക് ഹൗസ്

H O തിരുവനന്തപുരം-695 035
phone: 0471-2303026, 6063026
www.chinthapublishers.com
chinthapublishers@gmail.com

ബ്രാഞ്ചുകൾ

ഹെഡ്ഡാഫീസ് ബ്രാഞ്ച് കുന്നുകുഴി • സ്റ്റാച്യു തിരുവനന്തപുരം • കെ എസ് ആർ ടി സി ബസ് സ്റ്റേഷൻ ആലപ്പുഴ • കെ എസ് ആർ ടി സി ബസ് സ്റ്റേഷൻ എറണാകുളം • ഐ ജി റോഡ് കോഴിക്കോട് • മാവൂർ റോഡ് കോഴിക്കോട് • എൻ ജി ഒ യൂണിയൻ ബിൽഡിങ് കണ്ണൂർ • സെൻട്രൽ ബസ് ടെർമിനൽ കോംപ്ലക്സ് താവക്കര കണ്ണൂർ

CO - 2810 / 5074
ISBN - 978-93-88485-70-8

തീണ്ടാരികൾ
(നോവൽ)

സുഹ്റ കൂട്ടായി

ചിന്ത പബ്ലിഷേഴ്സ്
തിരുവനന്തപുരം-695 035

സുഹ്റ കൂട്ടായി

മലപ്പുറം ജില്ലയിലെ അരീക്കോട് ജനനം. പിതാവ്: പി അബൂബക്കർ. മാതാവ്: ടി പി മറിയം. അരീക്കോട് ഓറിയന്റൽ ഹൈസ്കൂൾ, മമ്പാട് എം ഇ എസ് കോളേജ്, തലശ്ശേരി ബ്രണ്ണൻ കോളേജ്, ഫാറൂഖ് ട്രെയിനിങ് കോളേജ് എന്നിവിടങ്ങളിൽ വിദ്യാഭ്യാസം. ഇപ്പോൾ മലപ്പുറം ജില്ലയിലെ ചേറൂർ ഹയർസെക്കന്ററി സ്കൂളിൽ മലയാളം അദ്ധ്യാപിക.

പുസ്തകപ്പത്തിരി, *ആയപ്പാട്* എന്നീ പുസ്തകങ്ങൾ പ്രസിദ്ധീകരിച്ചിട്ടുണ്ട്. ആനുകാലികങ്ങളിൽ എൺപതോളം കഥകളും നാടകങ്ങളും പ്രസിദ്ധീകരിച്ചിട്ടുണ്ട്.

ഭർത്താവ് : എം ബാപ്പുട്ടി (സി ഐ ടി യു മലപ്പുറം ജില്ലാ ജോയിന്റ് സെക്രട്ടറി)

മക്കൾ : ആസാദ്ഷ, അനിയൻ, അബുഗസൽ

വിലാസം : 'തീരം'
കൂട്ടായി പി ഒ, തിരൂർ
മലപ്പുറം - 676562

ഫോൺ : 9497672315, 9496906201

പ്രസാധകക്കുറിപ്പ്

പുരുഷാധിപത്യത്തിന്റെ ആഗ്രഹത്തിന്റെ നാലതിരുകൾക്കുള്ളിൽ ഒതുങ്ങുന്നതല്ല പെൺജീവിതങ്ങൾ. സദാചാരത്തിന്റെ നനഞ്ഞ കവചങ്ങൾ ഊരിയെറിഞ്ഞ് പെൺജീവിതം ഉയിർക്കൊള്ളുന്നതിന്റെ വിസ്മയക്കാഴ്ചകളാണ് *തീണ്ടാരികൾ* എന്ന ഈ ലഘുനോവൽ ഒരുക്കുന്നത്. പെണ്ണിനു മാത്രം മനസ്സിലാകുന്ന ചില പെൺസങ്കടങ്ങളുണ്ട്. പെൺസങ്കടങ്ങളുടെ മഹാസമുദ്രം ഇരമ്പിയെത്തുകയാണിവിടെ. വായനയുടെ സുഗന്ധം നുകരാൻ സുഹ്റ കൂട്ടായിയുടെ വാങ്മയ ചിത്രങ്ങളിലേക്ക് പ്രവേശിക്കാം.

ചിന്ത പബ്ലിഷേഴ്സ്

“കാട്ടിൽ ഏതോ കിളിയുടെ വായിൽനിന്നും വീണുപോയ ഒരു വിത്ത് മുളച്ച് പൊന്തിയതിനെ മരമെന്നു വിളിക്കുന്നു. ആ മരത്തിൽ ഇലകളും ശിഖരങ്ങളും പിന്നെ പൂവും കായും ഉണ്ടാകുന്നു. പക്ഷികളും കുരങ്ങന്മാരും അതെന്റേതെന്ന ഭാവത്തിൽ യഥേഷ്ടം അതിന്മേൽ വിഹരിക്കുന്നു. ഏതെങ്കിലും ഒരു മഹാമാരിയിൽ ആടി ഉലയണമെന്നല്ലാതെ ആ കാട്ടുമരത്തിനു ശബ്ദമില്ലല്ലോ. പെൺജീവിതത്തിന്റെ ഉൾത്തുടിപ്പുകൾ പേറുന്ന നോവൽ.”

ഒന്ന്

വളരെ പഴയ ഒരു ചിത്രം മനസ്സിന്റെ ഭിത്തിയിൽ ആരോ തൂക്കിയിട്ടിരിക്കുന്നു. ഒരു ബ്ലാക്ക് ആന്റ് വൈറ്റ് ചിത്രം. പിന്നീട് വന്ന ഒരുപാട് നിറമുള്ള ചിത്രങ്ങൾക്കിടയിലും ആ ചിത്രത്തിന് മാത്രം പൊടിയോ മങ്ങലോ ഏറ്റിട്ടില്ല.

കരയുന്ന മരവാതിലുകളും വിണ്ട ചുമരുകളുമുള്ള ആ പഴയ വീടിന്റെ ഉറക്കുത്തിയ ഉത്തരത്തിൽ തൂങ്ങിനില്ക്കുന്ന വെളുത്ത രൂപം. എന്റെ സ്കൂളിലെ ഹിന്ദി പണ്ഡിറ്റായിരുന്ന സലിം മാഷിന്റെ ഭാര്യ സുരയ്യാത്ത. സുരയ്യാത്ത തൂങ്ങി മരിച്ചിരിക്കുന്നു.

ഉയർന്ന നെറ്റിയും കുട്ടപുരികങ്ങളും ചുണ്ടിനുമേൽ പച്ചയോട് സാമ്യമുള്ള ഒരു കറുത്ത മറുകും. ചിരി മറന്നുപോയ ആ മുഖത്തിന് പക്ഷേ, നിലാവിന്റെ നിറമായിരുന്നു. നിലാവസ്തമിച്ചു. നിലാമുഖം മാഞ്ഞു. സുരയ്യാത്ത മരിച്ചു.

“എന്തിനേ സുരയ്യാത്ത മരിച്ചു?”

നെല്ലുകുത്ത് പുരയിൽ സദാ നെല്ല് കുത്തി കൊണ്ടിരിക്കുന്ന കുഞ്ഞിയോട് ഞാൻ ചോദിച്ചു. കുഞ്ഞി ചിരിച്ചു. മുലകളാട്ടി നെല്ല് കുത്തി കൊണ്ടിരുന്നു.

“എന്തിനേ അമ്മായി സുരയ്യാത്ത മരിച്ചു?”

അടുപ്പിൽ തീ കത്തിക്കുന്ന അമ്മായി എന്നെ ചേർത്ത് നിർത്തി തലയിൽ തടവി “പോയി കളിച്ചോളൂ” എന്ന് പറഞ്ഞു.

“ഓള് ഇത്തരം ചെയ്യുംന്ന് ഞാൻ നിരീച്ചില്ല.”

ആസ്യമ്മായീന്റെ അമ്മായി അമ്മ നിസ്കാരപ്പായയിലിരുന്ന് പറഞ്ഞു.

"കാരുണ്യവാനായ തമ്പുരാനേ..... ഇങ്ങനെ 'ഈമാനി' ല്ലാത്ത പണി ഞങ്ങളെ ഖൽബില് തോന്നിക്കല്ലേ തമ്പുരാനേ..... മുസ്ലീമായി ജനിച്ച് കാഫിറായി മരിക്കാൻ ഇടതരല്ലേ തമ്പുരാനേ... ആമീൻ"

എന്താണ് ഈ 'ഈമാനി' ല്ലാത്ത പണി?

അപ്പളും കുഞ്ഞി ചിരിച്ചു. ആസ്യമ്മായി പോയി "കളിക്കൂ" എന്ന് എന്നോട് പറഞ്ഞു.

രണ്ട്

"ഇനി എനിക്ക് പോകാൻ വഴികളില്ല. എന്റെ വഴികൾ ഈ വിജനതയിൽ അവസാനിച്ചിരിക്കുന്നു."

ഫാറൂഖ് കോളേജിലേക്കുള്ള ബസിൽ ഒരു മാഗസിൻ മറിച്ച് നോക്കിക്കൊണ്ടിരിക്കെ എന്റെ മടിയിലേക്ക് വീണ ചെറിയ കടലാസു തുണ്ടിൽ അക്ഷരപ്പൂവുകൾ. ഞാൻ തലതിരിച്ച് നോക്കുമ്പോൾ പർദ്ദയ്ക്കുള്ളിലെ സൈഡ് പോക്കറ്റിൽ കുത്തി നിറച്ച കടലാസു തുണ്ടുകൾക്കിടയിൽ നിന്നും കണ്ടക്ടർക്ക് പൈസ കൊടുത്തപ്പോൾ താഴേക്കു വീണുപോയതാവാം. എന്നാലും പർദ്ദയ്ക്കുള്ളിൽ കവിതയോ?

ഞാൻ ചിരിച്ചു. എനിക്ക് ചിരിക്കണമെന്ന് തോന്നിയിരുന്നില്ല. കോളേജ് ബസിൽനിന്നും പുറത്തിറങ്ങി ഒന്നിച്ച് നടന്നു പോകുമ്പോൾ അവളെന്നോട് ചോദിച്ചു.

"വായിക്കുമോ?"

"വായിക്കാനിഷ്ടമാണ്."

"എന്നാ ബാ നമുക്കൊരു ചായ കുടിക്കാം."

ഞാൻ പിറകിലാണ് നടന്നത്. പർദ്ദയുടെ അടിവശം ചുളിഞ്ഞിരിക്കുന്നു. കാൽ മടമ്പിൽ നിറയെ മെലിഞ്ഞ വിള്ളലുകൾ. ചെളി നൂലുകൾ.

അവൾ തിരിഞ്ഞ് നിന്നു.

വീണ്ടും, അതേ ചിരി. "ഞാൻ മറിയം" അവൾ സ്വയം പരിചയപ്പെടുത്തി. "എനിക്കറിയാം." ഞാൻ പറഞ്ഞു.

എങ്ങനെ എന്നവൾ ചോദിച്ചില്ല. എങ്ങനെ എന്ന് പറയാൻ എനിക്കാവുമായിരുന്നില്ല. ചൂടുചായ വെപ്രാളത്തിൽ കുടിച്ച് തീർത്ത് അവൾ പർദ്ദയുടെ സൈഡ് പോക്കറ്റിൽനിന്നും അശോകാപാക്കിന്റെ ഒരു കഷ്ണം എടുത്ത് വായിലേക്കിട്ടു. എന്നോട് വേണമോ എന്നൊന്നും ചോദിച്ചില്ല.

"മുറുക്കുമോ?"

---

* ഈമാൻ - ദൈവസാമീപ്യമില്ലാതെ

"ഇല്ല."

"എന്നാൽ ഞാൻ മുറുക്കും. ബീഡിയും വലിക്കും. മദ്യം ശീലമില്ല." ഞാൻ ചുറ്റുപാടും നോക്കി. ഇല്ല ആരും കേട്ടിട്ടില്ല.

മെയ്, പൂവുകൾ നിറയെ വീണു കിടക്കുന്നു.

കാറ്റാടി മരങ്ങൾ ഇലകളെയുറക്കി കാമ്പസിൽ കാത്തുനില്ക്കുന്നു. പുതിയ കുട്ടികളെ കാത്ത് വിദ്യാർത്ഥി സംഘടനകളുടെ വലിയ കട്ടൗട്ടുകൾ. അവൾ മുറുക്കി അതിന്മേലേക്ക് ആഞ്ഞ് തുപ്പി. ചുവന്ന തുപ്പൽ ചോര വീണ മണ്ണായി തോന്നിപ്പിച്ചു.

"മറിയം ആരെങ്കിലും കാണും."

"കാണട്ടെ. ന്താ അനക്ക് പേടിണ്ടോ?"

കമ്യൂണിസ്റ്റുകാരനായ ബാപ്പയുടെ കമ്യൂണിസ്റ്റുകാരിയായ ഈ മകൾക്ക് പേടിയില്ല. പക്ഷേ, തെറ്റ് ചെയ്യാമോ? അതും അറിഞ്ഞുകൊണ്ട്.

"രാഷ്ട്രീയമില്ലെങ്കിലും അരാഷ്ട്രീയം അരുത്!" ഞാൻ തിടുക്കപ്പെട്ടാണ് അത് പറഞ്ഞത്.

മറിയം പൊട്ടിച്ചിരിച്ചു. മുഴക്കമുള്ള ചിരി. ഒരു പുരുഷന്റേതുപോലെ. എന്നിട്ട് തീക്ഷ്ണമായി എന്നെ നോക്കി.

"ആരു പറഞ്ഞു രാഷ്ട്രീയമില്ലെന്ന്. ന്റെ ബാപ്പ വല്ല്യങ്ങാടീലെ കച്ചോടക്കാരനാ. അപ്പം എന്താവും ന്റെ രാഷ്ട്രീയംന്ന് അന്റെ ഫിലോസഫി മാങ്ങാത്തൊലികൊണ്ട് ഇജ് കണക്ക് കൂട്ടിക്കളാ."

മറിയം എന്നെ പിരിഞ്ഞ് ലൈബ്രറിയിലേക്ക് പോയി.

അല്ലെങ്കിലും എന്റെ ജീവിതം എപ്പോഴും അങ്ങനെയാണ്. ആരെങ്കിലും എന്നെ പിരിഞ്ഞ് പൊയ്ക്കൊണ്ടിരിക്കും. ഞാൻ വീണ്ടും തനിച്ചാകും.

മൂന്ന്

ഓർമ്മകൾ ചിതലിനെപ്പോലെയാണ്. അവ മണ്ണിനടിയിൽ പുതഞ്ഞ് കിടക്കും. ഓർമ്മകളുടെ ചിതൽ പുറ്റിനടിയിൽനിന്നും ഞാനിപ്പോൾ പുറത്ത് കടന്നിരിക്കുന്നു. ഇടനാഴിയിലെ കുത്തഴിയിലൂടെ ലോകത്തെ നോക്കിക്കൊണ്ടിരുന്ന ആ പാവാടക്കുട്ടി ഇപ്പോൾ പടർന്നു പന്തലിച്ച് ഒരു കാട്ടുമരമായിരിക്കുന്നു.

ഒരു നാട്ടുമരത്തിന് കിട്ടിയേക്കാവുന്ന വാത്സല്യസമ്പത്തൊന്നും ആ കാട്ടുമരത്തിന് കിട്ടില്ല. കാട്ടിൽ ഏതോ കിളിയുടെ വായിൽനിന്നും വീണുപോയ ഒരു വിത്ത് മുളച്ച് പൊന്തിയതിനെ മരമെന്ന് വിളിക്കുന്നു. ആ മരത്തിൽ ഇലകളും ശിഖരങ്ങളും പിന്നെ പൂവും കായുമുണ്ടാകുന്നു. പക്ഷികളും കുരങ്ങന്മാരും തന്റേതെന്ന ഭാവത്തിൽ യഥേഷ്ടം അതി

ന്മേൽ വിഹരിക്കുന്നു. ഏതെങ്കിലും ഒരു മഹാമാരിയിൽ ആടിയുലയണ മെന്നല്ലാതെ ആ കാട്ടുമരത്തിന് ശബ്ദമില്ലല്ലോ?

അപ്പോഴും ഒരു കൊതുകുമൂളൽ പോലെ എന്റെ മനസ്സിൽ അസ്വസ്ഥമായ ഒരു ചോദ്യമുണ്ടായിരുന്നു. എന്തിനാണ്..... എന്തിനായിരുന്നു സുരയ്യാത്ത ആത്മഹത്യ ചെയ്തത്?

ചെമ്പകമരച്ചോട്ടിൽ ചന്തിക്കൊപ്പം കിടക്കുന്ന ചുരുൾമുടി അഴിച്ചിട്ട് അസ്തമയം നോക്കി നിന്നിരുന്ന സുരയ്യാത്തയെ ഞാനെത്ര തവണ കണ്ടിരുന്നു. എന്നിട്ടും സുരയ്യാത്ത മരിച്ച് നാല്പത് തികഞ്ഞപ്പോൾ തന്നെ സലിംക്ക കല്യാണം കഴിച്ചു. അതും അല്പം ആർഭാടമായി ത്തന്നെ. ഒരു നിഗൂഢമന്ദഹാസവുമായി ഒരു കറുത്ത കാറിൽ പുതിയാപ്പിള ഇരുന്നു. തൊട്ടരികെ വധു. മറ്റൊരു സുരയ്യ. മറ്റൊരു വീടിന്റെ ഉത്തരത്തിൽ അവരും തൂങ്ങിയാടുമോ?

നാല്

"**കൈ**യിലുള്ള സ്വർണ്ണപക്ഷിയെ നിങ്ങൾ കൂട്ടിലടച്ചിരിക്കുന്നു.
പറന്നു നടക്കുമ്പോൾ മാത്രമേ മധുരഗീതം പാടാനാവു
എന്ന് നിങ്ങൾ വിസ്മരിക്കുന്നു. ആ സ്വാതന്ത്ര്യത്തിന്റെ
ഒരു കണ്ണാടി നിങ്ങൾ അവൾക്ക് നേരെ പിടിച്ചിരിക്കുന്നു.
വൈകുന്നേരങ്ങളിൽ ആകാശം പൂക്കുന്ന വഴിയിൽ
അലസം നടക്കാൻ അവൾ കൊതിക്കുന്നു.
ഭൂമിയറിയാതെ പെയ്യുന്ന ചാറ്റുമഴ കുരുന്നിനെ തലയിലും
നെഞ്ചിലും ഏറ്റുവാങ്ങിയുള്ള ഒരു വെറും നടത്തത്തെ
അവൾ സ്വപ്നം കാണുന്നു. അവളുടെ സ്വപ്നങ്ങൾക്ക്
മുകളിലേക്ക് നിങ്ങൾ ദംഷ്ട്രകൾ നീട്ടുന്നു.
മാനിഷാദ പാടാൻ ഗുരുവര്യനിപ്പോൾ ജീവിച്ചിരിപ്പുമില്ല."

ഞാനെഴുതിയ ഒരു കവിത വായിച്ച് കേട്ടപ്പോൾ നസ്രീൻ എന്നെ കെട്ടിപ്പിടിച്ച് ഉമ്മ വെച്ചു.

"ഇക്കായ്ക്ക് എപ്പഴും തിരക്കാണ്. ആശുപത്രി, രോഗികൾ ഓപ്പറേഷൻ, പ്രൈവറ്റ് കൺസൾട്ടേഷൻ മീറ്റിങ്..... എനിക്ക് ശരിക്കും മടുത്തു."

എനിക്ക് വേണ്ടി ലൈമുണ്ടാക്കുമ്പോൾ നസ്രീന്റെ ശബ്ദം ഇടറുന്നത് ഞാൻ കേട്ടു. തേനിന്റെ നിറമുള്ള നസ്രീന്റെ മുഖവും മൈലാഞ്ചി കൊണ്ട് ചിത്രപ്പണികൾ ചെയ്ത വിരലറ്റവും വിറച്ചു.

"നീ വരുമ്പോഴാണ് ശരിക്കും ഞാൻ റിലാക്സ്ഡാവുന്നത്."

സിറ്റൗട്ടിലെ ചൂരൽ കസേരയിൽ ഞങ്ങൾ അടുത്തിരുന്നു. ഞാനവളെ കരയാനനുവദിച്ചു. അവളുടെ കരച്ചിൽ കേൾക്കാൻ പോലും ഈ ലോകത്താരുമില്ല. കരയട്ടെ. കരഞ്ഞ് തീരട്ടെ. കരഞ്ഞ് തീർക്കട്ടെ.

എന്നിട്ടവളെന്നോട് പതുക്കെ പറഞ്ഞു.

"പറയൂ നിന്റെ വിശേഷങ്ങൾ"

"എനിക്കെന്ത് വിശേഷം?"

എല്ലാം പതിവുപോലെ അഞ്ച് മണിക്കെഴുന്നേല്ക്കുന്നു. വലിയ കുക്കറിൽ അരിയും ചെറിയ കുക്കറിൽ പയറും ഇടത്തരം കുക്കറിൽ പരിപ്പും വേവിക്കുന്നു. വിറകടുപ്പിൽ കുടിക്കാനുള്ള ചൂടുവെള്ളവും. കെറ്റിലിൽ ചായയും. മിക്സിയിൽ അരിയും അരയ്ക്കുന്നു. പതിവുപോലെ ഉമ്മറത്ത് ചാരുകസേരയും പത്രവും പിന്നെ ആവി പാറുന്ന ചായയും.

കുട്ടികൾ ഡൈനിങ് ടേബിളിൽ ഗൃഹപാഠം ചെയ്യുന്നു. ചെറുതിനെ വലുത് പിച്ചുന്നു. പതിവ് പരാതികൾ. വിസിലുകൾ. ചിലതൊക്കെ വേവുന്നു. മറ്റു ചിലത് അടി കരിയുന്നു. ഉപ്പിടാൻ മറന്നവ. മുളക് പോരാത്തവ. മഞ്ഞള് കൂടിയവ. വെന്ത് പോയവ. വേവാത്തവ. പിന്നെയും എന്തൊക്കെയോ.

സ്കൂളിലേക്കുള്ള നീണ്ടയാത്രയും. തിരിച്ച് ഒരു പഴന്തുണി കഷണം പോലെ വീട്. പാത്രങ്ങൾ തമ്മിൽ സംസാരം തുടങ്ങിയിട്ടുണ്ടാവും. അപ്പോൾ പഠനമുറിയിൽ ടി വിക്ക് മുന്നിൽ, കമ്പ്യൂട്ടറിലെ ഗെയിമിനു മുന്നിൽ, വൈദ്യുതി പോയാൽ മൊബൈലിൽ.... കുട്ടികൾ. വൈകി വരുന്ന ആൾക്ക് പിന്നെ ഒന്നുമറിയണ്ട.

നസ്രീൻ എന്റെ കൈവിരൽ പിടിച്ചു.

"പറയൂ ആരാണ് ഭാഗ്യവതി? നീയോ ഞാനോ?" ഞാനവളോട് ചോദിച്ചു.

"നിനക്ക് ഏകാന്തത ഭാരമാകുന്നു."

"എനിക്ക് തിരക്കുകളും." എങ്കിലും നമുക്ക് ജീവിതമുണ്ട്. ജീവിതമില്ലാത്ത ഏതു സ്ത്രീയുണ്ട്. ആയിരം? പതിനായിരം? ലക്ഷം? ലക്ഷോപലക്ഷം? കോടി? കോടികൾ. അതെ.

അഞ്ച്

ഗിരിജയാണ് പറഞ്ഞത്.

"നീ നന്നായി കുളിച്ച് തോർത്തി മുടി പിന്നിലേക്ക് കോതിയിട്ട് കണ്ണാടിയിൽ നോക്കി നില്ക്കുക. നീ സുന്ദരിയാണെന്ന് നിനക്കപ്പോൾ ബോദ്ധ്യമാവും. പക്ഷേ, ജീവിതത്തിന്റെ പിറകെ ഓടുന്ന നിനക്ക് എവിടെയാണ് നേരം?

ഉഷ ഒന്നും മിണ്ടാതെ തല താഴ്ത്തിയിരുന്നു.

അവൾക്ക് പാൽ ചുരന്ന് മുലകൾ വേദനിക്കുന്നുണ്ടായിരുന്നു. നമ്മുടെ സമൂഹത്തിന് തെറ്റായ കുറെ ധാരണകളുണ്ട്. അതിലൊന്നാണ്

പതിനെട്ട് വയസ്സായാൽ പെൺകുട്ടി വിവാഹിതയാവണമെന്നത്. വിവാഹം കഴിക്കാഞ്ഞാലെന്താ പൊലീസ് പിടിക്കോ?

"ഗിരിജയ്ക്കത് പറയാം. ഒരു സോഷ്യൽ അഡ്രസ്സ്." സുലൈഖ ടീച്ചർ പറഞ്ഞ് തുടങ്ങിട്ടേയുണ്ടായിരുന്നുള്ളൂ. പക്ഷേ, ഗിരിജയുടെ നാവിനു മുന്നിൽ നിശ്ശബ്ദമായി.

ഉഷയുടെ ബ്ലൗസിന്റെ മുൻവശത്ത് രണ്ട് ദ്വീപുകൾ സൃഷ്ടിച്ചു കൊണ്ട് മുലപ്പാൽ പരന്നു. അവളുടെ മുലവേദന കണ്ണിലെത്തി.

"പാവം ഉഷ." ഗിരിജ മേശയ്ക്ക് മുകളിലിരുന്ന് പറയുക തന്നെ യാണ്.

"നിങ്ങളൊക്കെ ഓടുക തന്നെയാണ്.

ബസുകൾക്ക് പിറകെ, സ്കൂൾ കുട്ടികൾക്ക് പിറകെ, സ്റ്റാഫ് സെക്ര ട്ടറിക്ക് പിറകെ, ഹെഡ്മാസ്റ്റർക്ക് പിറകെ, മാനേജർക്ക് പിറകെ. വീട്ടിൽ ഫ്രിഡ്ജിനും വാഷിങ് മെഷീനും മിക്സിക്കും പുറകെ... ആർക്ക് വേണ്ടി യാണ് ഈ ഓട്ടം?

കല്യാണം കഴിച്ചു എന്ന ഒറ്റക്കാരണംകൊണ്ട്. കല്യാണം കഴിച്ചിട്ട് നിങ്ങളെന്ത് നേടി?"

രണ്ടറ്റവും കത്തിത്തീരുന്ന മെഴുകുതിരിയാണ് ഉദ്യോഗസ്ഥയായ വീട്ടമ്മ എന്ന് പറഞ്ഞ എൻ വി കൃഷ്ണവാര്യരെ ഞാൻ തൊഴുന്നു.

"ഉഷ ബാത്ത്റൂമിൽ പോയി കഴുകി വന്നോളൂ വെള്ളം തട്ടുമ്പോൾ വേദന കുറയും. മകനിപ്പോൾ എട്ട് മാസമേ ആയിട്ടുള്ളൂ അല്ലേ?"

ഞാനും ഉഷയുടെ കൂടെ ബാത്ത്റൂമിൽ ചെന്നു.

ഗിരിജ തോൾസഞ്ചിയും തൂക്കി വേഗം നടന്നുപോകുന്നുണ്ട്. അവൾക്കൊരു പക്ഷേ, 'മനീഷി' യുടെ മീറ്റിങ് ഉണ്ടാവുമായിരിക്കും. ഒന്നിനെപ്പറ്റിയും ഗിരിജയ്ക്ക് വേവലാതിയില്ല. നിറയെ സമയം, ശമ്പ ളം, പുസ്തകങ്ങൾ, വായന, മീറ്റിങ്ങുകൾ, സിനിമകൾ, ചർച്ചകൾ, സെമി നാറുകൾ.

അടുത്ത ജന്മത്ത് എനിക്ക് ഗിരിജയാവണോ? ഉഷയാവണോ? അതോ ഗിരിയുഷയായാൽ മതിയോ? എന്തായാലും അടുത്ത ജന്മവും എനിക്ക് പെണ്ണായാൽ മതി. പെണ്ണ് മാത്രമായാൽ മതി. ഒരു പെണ്ണരശ് മരം പൂത്തും കായ്ച്ചും തളിർത്തും ഇല കൊഴിച്ചും....

ആറ്

അവർ പറഞ്ഞു അവരുടെ പേര് ലക്ഷ്മി എന്നാണെന്ന്. പക്ഷേ, എനിക്കവരെ കമല എന്നു വിളിക്കാനാണിഷ്ടം. വർഷങ്ങളായി എന്റെ വീട്ടിൽ പഴയ സാധനങ്ങളെടുക്കാൻ അവർ വരാറുണ്ട്. പിന്നാമ്പുറത്തെ

വരാന്തയിൽ അവരെന്നോട് വർത്തമാനം പറഞ്ഞിരിക്കും. രാവിലത്തെ ഇത്തിരി പലഹാരവും ചായയും ഒഴിച്ച് കൊടുത്താൽ അവർ ചെറിയ മകനെ വിളിക്കും.

"ഏയ് കണ്ണാ ഇങ്ക വാ സാപ്പിട്."

കണ്ണന് ഒരു അനുസരണയും ഇല്ല. എന്നാലും വേഗം തിന്നും. അമ്മക്കൊരു തരി കൊടുക്കാതെ. കമലം ആ ചായ മാത്രം കുടിച്ച് തീർക്കും. ഞാൻ കൊടുത്ത പഴയ സാരിയിൽ കമല പൂക്കൾ തുന്നിയിട്ടുണ്ട്.

"കമലത്തിന്റെ ഭർത്താവ് വന്നോ?" സ്ഥിരം മറുപടി തന്നെ.

"ഇല്ലൈ."

"പൊലീസിൽ പരാതിപ്പെട്ടുകൂടായിരുന്നോ?"

"അത് അവരുടെ സ്ഥിരം വേലൈ. കുടിച്ചപണം തിരികെ കൊടുക്കാനാവാതെ നാടു വിട്ടു പോകും. നാൻ വേല ശെയ്ത് അന്തമാതിരിയേ മീട്ടി കയിമ്പം മടികൂടാതെ തിരികെ വറും."

തിരിച്ച് വന്നാൽ പതിവുകൾ. കിട്ടുന്ന പണം മുഴുക്കെ കുടിച്ച് തീർക്കും. കമലത്തിന്റെ കൈയിൽനിന്ന് ബാക്കിയും പിടിച്ചുപറിഷും.

"എന്ത് സൊല്ലിയാലും എൻ കണവൻ അന്തമാതിരിയേ ഉനക്ക്."

എന്നൊക്കെ തമിഴ് മലയാളത്തിൽ പറഞ്ഞ് കമലം ആക്രി നിറച്ച പഴയ ചാക്ക് തലയിൽ വെക്കും. പിറകെ കണ്ണനും. ഇടയ്ക്ക് അവൻ അമ്മയെക്കൊണ്ട് ഒക്കത്തെടുപ്പിക്കും.

ഇപ്പോൾ കമലം ആക്രികച്ചവടത്തോടൊപ്പം ഒരു വട്ടി നിറയെ മുല്ലപ്പൂവുംകൊണ്ട് വരും. ഞങ്ങളുടെ പഞ്ചായത്ത് റോഡിലൂടെ മകനെ ഒക്കത്ത് വെച്ച് കുഴിഞ്ഞ തൊണ്ടയിൽനിന്നും ഒരു നിലവിളി പോലെ വിളിച്ച് പറയും.

"മുല്ലപ്പൂവേയ്..... മുല്ലപ്പൂവേയ്...."

തലയിൽ പഴയ സാധനങ്ങൾ നിറച്ച ചാക്കിൽനിന്നും ചിലതൊക്കെ നമ്മെ തുറിച്ച് നോക്കുമ്പോൾ കൈയിലെ വട്ടിയിൽ സുഗന്ധം പരത്തുന്ന മുല്ലപ്പൂവ്. ഒക്കത്ത് ആ കരുമാടിയും.

കമലം കടന്നുപോകുമ്പോൾ ഞാൻ കൊടുത്ത പഴയ സാരിയിലെ മുന്താണിയിൽ അവൾ തുന്നിയ സൂര്യകാന്തിപ്പൂവുകൾ എന്നെ നോക്കി കണ്ണിറുക്കും. ഒരു കള്ളക്കാമുകനെപ്പോലെ.

എന്റെ ജീവിത പുഴയിലൂടെ ഒഴുകി തീരുന്ന ഏതു പെൺജന്മങ്ങളുണ്ട്. മറിയത്തെ പോലെ, നസ്രീനെ പോലെ, ഗിരിജയേയും ഉഷയേയും പോലെ ഈ കമലയെപ്പോലെ എന്നെപ്പോലെ...... ആദിമദ്ധ്യാന്തങ്ങളില്ലാത്ത മഹാപ്രയാണത്തിൽ..... ഞാനാരാണ്? അല്ലെങ്കിൽ ഇവരൊക്കെ ആരാണ്? വെറുതെ ഒഴുകിത്തീർന്നു പോകുന്നവർ.

ഏഴ്

വൃന്ദയെ എനിക്ക് നന്നായി അറിയാം. അവളുടെ ഏറ്റവും വലിയ സമ്പത്ത് വിനയമാണ്. എന്നിട്ടും പ്രേമദാസന് അത് മനസ്സിലായില്ല.

"കാടും തോടും കേറിയിറങ്ങി പുല്ലരിഞ്ഞ് അമ്മ വളർത്തിയതാ എന്നെയും ഏട്ടനെയും. ആ എന്റെ അമ്മയെ...." വൃന്ദ എത്ര പറഞ്ഞിട്ടും പ്രേമദാസൻ വിശ്വസിച്ചതേയില്ല. അവളങ്ങനെ പ്രേമദാസന്റെ അമ്മയെ അലോസരം കൊള്ളിക്കുന്ന ഒരു വാക്കും പറഞ്ഞിട്ടില്ല.

ഒരേ കട്ടിലിൽ ഒന്നര വർഷമായി വൃന്ദയും പ്രേമദാസനും. "ഒരു ഭാര്യയായിട്ട് വേണ്ട. കേവലം ഒരു പെണ്ണായെങ്കിലും എന്നെ കണ്ടുകൂടെ അയാൾക്ക്?"

"പക്ഷേ, എല്ലാം ഉപേക്ഷിച്ച് സ്വതന്ത്രയായിക്കൂടേ നിനക്ക്?" മകളെ നെഞ്ചോട് ചേർത്തവൾ എന്നോട് തിരിച്ച് ചോദിച്ചു.

"എന്റെ മകൾക്കൊരച്ഛൻ. ഒരു മേൽവിലാസം."

വൃന്ദയുടെ മകൾ. പ്രേമദാസന്റെ മകൾ.

വൃന്ദയുടെയും പ്രേമദാസന്റെയും മകൾ.

അപ്പോൾ, അപ്പോൾ മാത്രമല്ലേ അവളുടെ ജന്മം പൂവണിയുക?

പ്രേമമില്ലാത്ത പ്രേമദാസനും വൃന്ദയും ഇപ്പോഴും ഒരേ കട്ടിലിൽ......... എന്നെങ്കിലും അവൻ വൃന്ദയുമായി ഇനിയും പ്രേമത്തിലേർപ്പെടുമോ? പ്രേമദാസന്റെ അമ്മ പോലും പറഞ്ഞതാണ്. എന്നിട്ടും അവൻ..........

എട്ട്

രാവിലെ തന്നെ മറിയം ഫോണിൽ വിളിച്ചു. അവളുടെ ഭർത്താവ് ലോണെടുത്ത് തീർത്ഥാടനകേന്ദ്രങ്ങൾ സന്ദർശിക്കാൻ പോയിരിക്കുകയാണത്രെ!

"നമുക്ക് ഒരു സിനിമയ്ക്ക് പോയാലോ?" ഞാനും മറിയത്തിന്റെ കൂടെ ഒരു സിനിമയ്ക്ക് പോയി. പർദ്ദക്കാരിയെ കണ്ട് ചിലരൊക്കെ പകച്ചു. അവൾ യാതൊരു കൂസലും കൂടാതെ അശോകാപാക്ക് ചവച്ച് തിയേറ്ററിലേക്ക് എന്റെ കൈയും പിടിച്ച് നടന്നു. തിയേറ്ററിലേക്ക് രണ്ട് സ്ത്രീകൾ മാത്രം.

"ഒരു പെണ്ണ് സംവിധാനം ചെയ്ത സിനിമയ്ക്കും പെണ്ണുങ്ങള് വരാത്തത് വല്യ കഷ്ടം തന്ന്യാണ്ന്ന്" മറിയം സാമാന്യം ഉറക്കെ തന്നെ പറഞ്ഞു. "ഇത് ദീപാമേത്തേന്റെ സിനിമ്യാന്നും ഓള് ഫിലിം ഇൻസ്റ്റിറ്റ്യൂട്ടിലൊക്കെ പഠിച്ചിട്ടുണ്ട്ന്നും ഈ മണ്ക്കൂസേൾക്ക് അറിയോ ആവോ?"

"രണ്ട് പെണ്ണ്ങ്ങള് എന്തോ കാട്ട്ണ്ന്ന് കേട്ട് വന്നതാവും പടപ്പേള്."

"ഇയ്യ് നിർത്ത്ന്ന്ണ്ടോ? ആൾക്കാര് നമ്മള്യ്യാന്ന് ശ്രദ്ധിക്ക്ണത്."

ഞാനവളുടെ കൈ പിടിച്ചമർത്തി പതുക്കെ പറഞ്ഞു. സിനിമ കഴിയുവോളം ഞങ്ങളെ നാനാഭാഗത്തുനിന്നും തുറിച്ചുനോക്കിയ ആൺ നോട്ടങ്ങളെ പുല്ലേന്ന് തട്ടി മറിയം കാലിൻമേൽ കാൽ കേറ്റി വെച്ചിരുന്ന് അശോകാ പാക്ക് ചവച്ചു.

തിയേറ്ററിൽ നിന്നിറങ്ങി നേരെ പള്ളിയിൽ പോയി അവള് 'അസറ്' നമസ്കരിച്ചു.

"ഇനി ടാഗോർ ഹാളിലേക്ക്."

"അവടെന്താ?"

"അവടെ ഇന്ദുലേഖേന്റെ നൂറാം വാർഷികം ആഘോഷിക്ക്ന്ന്ണ്ട്. ഞമ്മക്ക് സുകുമാർ അഴീക്കോടിന്റെ ഒരു കലക്കൻ പ്രസംഗം കേൾക്കാം."

ഞങ്ങൾ ടാഗോറിലെത്തിയപ്പോൾ അഴീക്കോട് മാഷ് പ്രസംഗം തുടങ്ങിയിരുന്നു. മറിയം തിക്കി തിരക്കി മുന്നിലെത്തി. അവളുടെ പർദ്ദയെ ബഹുമാനിച്ചാവണം ആളുകൾ വഴി കൊടുത്തു. മുന്നിലെത്തി അവൾ ഹാളിലാകെ നോക്കി. എന്നിട്ടുറക്കെ പറഞ്ഞു.

"ഇന്ദുലേഖേന്റെ നൂറാം വാർഷികം ആഘോഷിക്കുമ്പളും പടച്ചോനെ ഇവിടെ ഒരു ഇന്ദുലേഖ പോലുമില്ലല്ലോ?" ഞാനവളെ സീറ്റിൽ പിടിച്ചിരുത്തി.

"ആൾക്കാര് നമ്മെ ശ്രദ്ധിക്കുന്നു."

ഞാനവളോട് പതുക്കെ പറഞ്ഞു. ആ അശോകാപാക്കിന്റെ മണം എന്റെ ചെവിയിൽ പറഞ്ഞു.

"ഈ ആൾക്കാര്ന്ന് പറയ്ണ സാധനംണ്ടല്ലോ? അത് അങ്ങന്യാ.. വേണ്ടയ്നും വേണ്ടാത്തേയ്നും നമ്മളെ ശ്രദ്ധിക്കും. അവർക്ക് ഒരു പെണ്ണ് വേണംന്നില്ല. ഒരു പെൺകോലം മതി."

ഒൻപത്

എനിക്ക് പലപ്പോഴും തോന്നാറുണ്ട്. ആലീസിനെ പരിചയപ്പെട്ടില്ലായിരുന്നെങ്കിൽ അത് ഒരു തീരാനഷ്ടമായേനെ എന്ന്. കാരണം പുരാണിക് എൻസൈക്ലോപീഡിയയും, ശബ്ദതാരാവലിയും അവൾക്ക് ഹൃദിസ്ഥമാണ്.

ഒരു ക്രിസ്ത്യാനി ആയിട്ടും നിനക്കെങ്ങനെ പുരാണത്തിൽ ഇത്ര അവഗാഹം എന്ന് ചോദിച്ചാൽ ആലീസ് ചിരിക്കും. ചിരിക്കിടയിൽ കണ്ണിറുക്കി കാണിക്കും. ഗിരിജയെപ്പോലെ കണ്ട കാര്യം മുഖത്ത് നോക്കി പറയ്ണത് കൊണ്ട് ചിലർക്ക് ആലീസിനെ കണ്ടുകൂടാ.

അവളൊരിക്കലും അവളെ തുറന്ന് വെക്കില്ല. എന്നിട്ടും വളരെ യാദൃച്ഛികമായി അവളെന്നോട് കളിയായി പറഞ്ഞു.

“വലിയ കമ്പനിയുടെ ബിസിനസ് എക്സിക്യൂട്ടീവ് ഒക്കെ ആവുമ്പോൾ അവർക്ക് ബിസിനസ് ടൂർ നടത്താതെ പറ്റുമോ? കൂടെ സുന്ദരിയായ പി എ ഇല്ലെങ്കിൽ നാണക്കേട് കമ്പനിക്കാ. അല്ലാതെ എനിക്കോ നിനക്കോ അല്ല. പൊരിഞ്ചതാ?”

വീണ്ടും അതേ പൊട്ടിച്ചിരി. അതേ കണ്ണിറുക്കൽ. ആലീസിന് അവളുടെ ഭർത്താവിനെക്കുറിച്ച് പറയാൻ ഇത്തിരി കാര്യങ്ങളേ ഉള്ളൂ. കുഞ്ഞുകാര്യങ്ങൾക്ക് വലിയ ഭൂപടത്തിൽ ഇടം തേടുന്ന ആലീസ്. വീണ്ടും വീണ്ടും മുറിവാകുന്ന ഒരു വായ്പ്പുണ്ണ് പോലെ എന്റെ ആലീസിന്റെ ജീവിതം എന്നെ പലതും ഓർമ്മപ്പെടുത്തുന്നു. എനിക്ക് അന്യമായ പലതും.

റഷ്യൻ സുന്ദരിമാരുടെ നിമ്നോന്നതയെപ്പറ്റി മദ്യപാനമുള്ള ചില രാത്രികളിൽ ആലീസിനോട് തന്നെ അവളുടെ ഭർത്താവ് വാചാലനാവുമതെ! സ്വയം പുച്ഛിക്കപ്പെട്ട് ഒരു അടിമയെപ്പോലെ അനങ്ങാനാവാതെ ആലീസ് കിടന്ന് കൊടുക്കും.

പത്ത്

ഇന്നലെ നസ്രീനെ കണ്ടിരുന്നു. കുന്നിൻ മുകളിലെ പച്ചപ്പരവതാനി വിരിച്ച പുൽത്തകിടിയിൽ വർഷങ്ങൾക്കിപ്പുറം ഞങ്ങൾ അടുത്തടുത്തിരുന്നു.

പക്ഷേ, അവൾക്കിപ്പോഴും അസംതൃപ്തിതന്നെ. കഷായം കുടിക്കേണ്ടി വന്ന ചെറിയ കുട്ടിയെപ്പോലെ അവളുടെ മുഖവും കറുത്തിരുന്നു.

ഇക്കയുടെ കൺസൾട്ടേഷന്റെ എണ്ണം കൂടി. ഇപ്പോ പഴയതിനെക്കാളും തിരക്കാണ്. രാത്രിയുടെ ഒന്നാംയാമത്തിൽ ഒരു സഞ്ചി നിറയെ പണവുമായെത്തും. ചെളി പിടിച്ചതും ചൊറി പിടിച്ചതും ഇടയ്ക്ക് ഒന്നോ രണ്ടോ തിളക്കമുള്ളതും എണ്ണിതിട്ടപ്പെടുത്തി കെട്ടുകളാക്കി അടുക്കി അലമാരയിൽ വെച്ച് പൂട്ടി ചെല്ലുമ്പോഴേക്കും കൂർക്കം വലിയുടെ ആരോഹണാവരോഹണം മാത്രം.

“ടൈംടേബിളുള്ള ജീവിതത്തിനിടയ്ക്ക് ചില ടൈംടേബിളുകളില്ലാത്ത ജീവിതവും.”

ഞങ്ങൾ കുന്നിൻമുകളിൽനിന്നും സ്റ്റെപ്പുകളിറങ്ങി താഴെവന്നു. പിരിഞ്ഞ് പോകുമ്പോൾ അവളെന്നോട് പറഞ്ഞു.

“അമ്പതു വയസ്സു കഴിയുമ്പോഴാണ് പ്രണയത്തിന് ആർത്തി തോന്നുക. അണയാനാവുന്ന ദീപംപോലെ ഒരു ആളിക്കത്തൽ. ഞാനി

പ്പോൾ പ്രണയത്തിലാണ്."

ഏതായാലും ഒരു കാര്യം ഉറപ്പ്.

അവളുടെ പ്രണയത്തിന് അവളേക്കാൾ പ്രായം കുറവായിരിക്കും. അതുകൊണ്ടാണ് അവൾ ഓട്ടോ കൈ കാണിച്ച് എന്നോട് കൈ വീശി ഓടിപ്പോയത്. അല്ലെങ്കിൽ അമ്പതു കഴിഞ്ഞാൽ സാരി ഒതുക്കി പിടിച്ച് സൂക്ഷിച്ച്... സൂക്ഷിച്ച്... നടക്കുക മാത്രമേ ചെയ്യൂ.

എന്റെ നസ്രീന് നന്മ വരുത്തണേ അള്ളാ...

അവൾക്ക് പൊട്ടപ്പോഴത്തങ്ങളൊന്നും പറ്റരുതേ.....

എന്റെ പ്രാർത്ഥനയുടെ മുകളിലേക്ക് ദൈവം ഒരു മഴയെ കുടഞ്ഞിട്ടു. കുടയില്ലാത്തതുകൊണ്ട് എനിക്കതിനെ നനയേണ്ടിയും വന്നു.

പതിനൊന്ന്

സിത്താരയോട് എനിക്ക് വല്ലാത്ത അസൂയ തോന്നുന്നു. ഇത്ര മനോഹരമായി കവിത ചൊല്ലുന്ന പെണ്ണുങ്ങളെ ഞാൻ കേട്ടിട്ടേയില്ല. അവളാകട്ടെ സൗന്ദര്യത്തിന്റെ ദന്തഗോപുരവും ശരീരവും ഒത്തവൾ.

"ഇത്രയേറെ അവൾക്ക് സൗന്ദര്യമുണ്ടായിട്ടും അവളുടെ ഭർത്താവ് വേലക്കാരിയോടൊത്ത് അതും അടിയാളവർഗ്ഗത്തിലെ ഒരു സ്ത്രീയുമൊത്ത്, ഒരു പെൺരൂപം മാത്രമായ ജാനുവിനോടൊത്ത് അതും ഒരു തവണയല്ല പല തവണ.... അവൾ നേരിൽ കാണുക..... എനിക്കത് സങ്കല്പിക്കാൻ കൂടി സാദ്ധ്യമല്ല."

ഉഷ ഒരു തേങ്ങലോടെയാണ് അത് പറഞ്ഞത്. "എന്നിട്ട് അവളെങ്ങനെ പ്രതികരിച്ചു?"

"ഒന്നും പറയണ്ട. ആദ്യമാദ്യം അവൾ അയാൾക്ക് മാപ്പ് കൊടുത്തു. പിന്നെ രണ്ട് മക്കളെയും തൂക്കിപ്പിടിച്ച് പടിയിറങ്ങി പോന്നു. മക്കളെ വാശിയോടെ വളർത്തി. കള്ള് കുടിച്ച് ലക്കുകെട്ട് പലപ്പോഴും പടി കയറി വന്ന അയാളെ അവൾ ആട്ടിപ്പായിച്ചു."

സൗഹൃദത്തിന്റെ ഒരേ ആട്ടുകട്ടിലിൽ ഊയലാടിയിട്ടും അവളെന്തേ എന്നോട് ഒന്നും പറയാതിരുന്നത്?

ഒരിക്കെ ഒരിക്കെ മാത്രം അവളെന്നോട് പറഞ്ഞു. "ഞാൻ എന്റെ ഒരു സുഹൃത്തിനോടൊപ്പം ഇൻഡ്യാമഹാരാജ്യം മുഴുവൻ ചുറ്റി സഞ്ചരിച്ചു. വീൽ ഓൺ പാലസിൽ അഥവാ പാലസ് ഓൺ വീലിൽ.... എന്റെ ജീവിതത്തിന്റെ മഹാപുസ്തകത്തിൽ ചുവന്ന മഷികൊണ്ട് ഞാൻ ആ ദിവസങ്ങൾ അടയാളപ്പെടുത്തി വെച്ചിട്ടുണ്ട്."

"അപ്പോ നിന്റെ ഭർത്താവ്?"

ഞാൻ വളരെ ഉൽക്കണ്ഠയോടെയാണ് ചോദിച്ചത്.

"അയാളോട് പോയി തൂങ്ങിച്ചാവാൻ പറ പെണ്ണേ."

കാതടപ്പിക്കുന്ന സ്വരത്തിൽ അതും പറഞ്ഞ് ചുരിദാറിന്റെ ഷാൾ കൊണ്ട് മുഖം അമർത്തി തുടച്ച് സിത്താര എന്റെ മുന്നിലൂടെ ആരോടോ ഫോണിൽ സംസാരിച്ചുകൊണ്ട് സുരഭിലയായ ഒരു കാറ്റായി കടന്നു പോയി. ഞാനവളെ നോക്കിനിന്നു.

പന്ത്രണ്ട്

കുമുദത്തിന് അത് നിർബ്ബന്ധമായിരുന്നു. ഞാനെത്ര വിലക്കിയിട്ടും അവൾ സമ്മതിക്കുന്നില്ല.

"ഞങ്ങൾ മുസ്ലീങ്ങൾ ജാതകമെഴുതിക്കാറില്ല കുമുദം."

പക്ഷേ, കവിയായ യുവ ജ്യോതിഷി സുമാകാന്തനെക്കൊണ്ട് അവൾ എന്റെ മൂത്ത മകന്റെ ജാതകമെഴുതിച്ചു.

"നിനക്ക് ഭ്രാന്താണ്. നട്ടഭ്രാന്ത്."

എന്ന് മാത്രമേ ഞാൻ പറഞ്ഞുള്ളൂ.

മറ്റൊരിക്കൽ ഒരു ഓട്ടോറിക്ഷയിൽ രണ്ട് വരിക്കച്ചക്കയും കൊണ്ട് കുമുദം എന്റെ വീട്ടിലേക്ക് വന്നു. കൈയിൽ ഇളം വയലറ്റ് നിറത്തിലെ ഫ്ളവർവേയ്സിൽ മഞ്ഞപ്പൂവുകൾ. കണ്ടാൽ പ്ലാസ്റ്റിക്ക് ആണെന്ന് തോന്നാത്തവ. ഒറിജിനൽ.

വന്നു കയറിയപാടെ മീനമാസത്തിലെ ചൂടിനെ പ്രാകി അവൾ സോഫയിൽ കയറിയിരുന്നു. മുടി മുകളിലേക്ക് കെട്ടി വെച്ചു.

"എനിക്ക് ഒരു ലക്ഷം രൂപ അർജന്റായി വേണം."

"പടച്ച തമ്പുരാനേ ഒരു ലക്ഷം രൂപയോ?"

ഞാൻ വിശ്വാസം വരാതെ അവളെ നോക്കി.

എന്തിനാണ് ഇത്രയേറെ പണം എന്ന എന്റെ ചോദ്യത്തിന് എവിടെയും തൊടാതെ വിയർപ്പിനെയും ചൂടിനെയും വേനലിനെയും പഴിച്ചു.

ഭർത്താവ് ഗൾഫിൽ. ഏക മകൾ ഗസ്റ്റ്ലക്ചറായി ജോലി ചെയ്യുന്നു. എന്നിട്ടും നിനക്കെന്തിനാണ് ഇത്രയേറെ പണമെന്ന് ഞാൻ വീണ്ടും വീണ്ടും അവളോട് ചോദിച്ചു. മൗനം മൗനം മാത്രം.

ചിലരങ്ങനെയാണ്. ചില സാമ്പത്തിക ബാദ്ധ്യതകളിൽ ചെന്ന് ചാടും. എന്നിട്ട് അത് അഡ്ജസ്റ്റ് ചെയ്യാൻ കുറെ സ്വർണ്ണാഭരണങ്ങൾ എവിടന്നെങ്കിലും വാങ്ങി പണയം വെക്കും. അത് എടുത്ത് കൊടുക്കാൻ മറ്റെവിടെയെങ്കിലും. ഒടുവിൽ ഉറ്റ സുഹൃത്തുക്കളെ വിളിച്ച് എനിക്ക് ആത്മഹത്യചെയ്യാൻ തോന്നുന്നു എന്ന് ശകലം പതുക്കെ പറഞ്ഞ് നമ്മളെ ബേജാറാക്കുകയും ചെയ്യും.

എനിക്ക് ആകെ ഉണ്ടായിരുന്ന രണ്ട് പവന്റെ സ്വർണ്ണമാലയുമായി പോകുമ്പോഴും കുമുദത്തിന്റെ മുഖത്ത് അസ്വാസ്ഥ്യത്തിന്റെ കാർമേഘം

കനത്തു കിടപ്പുണ്ടായിരുന്നു. ഒരു കാര്യം ഉറപ്പാണ്. അവൾക്ക് കടമുള്ളത് ഒരു ലക്ഷം രൂപയല്ല. തീർച്ച...

"ജന്തുവിന് തുടരുന്ന വാസനാ ബന്ധമിങ്ങുടലവീഴുവോളവും..."

മറിയമറിഞ്ഞാൽ കുമുദത്തിന്റെ ആപ്പീസ് പൂട്ടും.

പതിമൂന്ന്

സമീറ തേങ്ങിക്കരഞ്ഞെന്റെ തോളിൽ കിടന്നു. കറുത്ത ഒരു ഒറ്റപ്പൊളി കട്ടിലിൽ കരുവാളിച്ച് സമീറയുടെ ഉമ്മ ആമിന മരിച്ച് കിടക്കുന്നു. അനിയത്തി സലീനയും വിങ്ങിപ്പൊട്ടുകയാണ്. ഉമ്മറത്ത് ഉപ്പമാത്രം.

'ഊരുവിലക്കിന്റെ' മഹാസാഗരം നീക്കി കടന്നു വരാൻ ആർക്കും ധൈര്യമില്ല.

മൂന്നാം വയസ്സിന്റെ മൂച്ചിപ്പിരാന്ത് കാലത്ത് കാലിൽ ചിലങ്ക കെട്ടണമെന്ന് സമീറയുടെ ഉമ്മ ആമിന വെറുതെ വെറും വെറുതെ ആഗ്രഹിച്ചു. ഉമ്മയുടെ കിനാവുകൾക്ക് മേലേക്ക് ദുബായിലിരുന്ന് ഉപ്പയും ഏറെ കിനാവുകൾ കൂട്ടിവെച്ചു.

മകളിലെ നർത്തകി കലാമണ്ഡലത്തിന്റെ മോഹിനിയാട്ട വേദിയിൽ ലാസ്യത്തിന്റെ പാലാഴി കുടഞ്ഞിട്ടു.

പള്ളിമിനാരം വിറ കൊണ്ടു.

നിസ്കാരത്തഴമ്പുകൾ വിയർത്തു. ഊരുവിലക്കെന്ന പ്രാകൃതിയിലേക്ക് സമീറയുടെ കുടുംബം ഒറ്റപ്പെട്ടു. സ്വർഗ്ഗംമാത്രം സ്വപ്നം കണ്ടവർ പിന്തിരിഞ്ഞു. ആമിനയുടെ മയ്യത്ത് ആറി തണുത്തു.

സമീറ പതുക്കെ നടന്നു ഉപ്പയെ തൊട്ടു.

മയ്യത്തിന് ചുറ്റും മൂളി നടന്ന ഈച്ചകളെ സെലീന ആര്യവേപ്പിന്റെ തണ്ട്കൊണ്ട് ആട്ടിയോടിച്ചു. ഞാനവളുടെ കൈ അമർത്തിപ്പിടിച്ചു.

ദൂരെ ദൂരെ ആമിനയുടെ ജന്മനാട്ടിലേക്ക് മയ്യത്ത് കൊണ്ടുപോകാൻ വന്ന ആംബുലൻസിലേക്ക് ഞങ്ങൾ മയ്യത്തെടുത്തുവെച്ചു. പെരുമഴയിലൂടെ ആംബുലൻസ് അതിവേഗം പാഞ്ഞു.

മകളെ നർത്തകിയാക്കാൻ കൊതിച്ച ആ ഉമ്മ കണ്ണടച്ച് കിടക്കുന്നു. ഒരിക്കലും മടങ്ങി വരാത്ത മരണത്തിന്റെ ആ തീർത്ഥയാത്രയിലും മകളുടെ ചിലങ്കയുടെ നൂപുരധ്വനികൾ ആ ഉമ്മ കേൾക്കുന്നുണ്ടാവുമോ? എനിക്ക് കരയാതിരിക്കാനാവുന്നില്ല.

എന്റെ തോളിൽ തളർന്നു കിടക്കുന്ന സമീറയും സെലീനയും. മഴവെള്ളക്കുഴിയിൽ ആംബുലൻസിന് കാലിടറുമ്പോൾ ആമിനയുടെ കറുത്ത് മെലിഞ്ഞ ദേഹം ആടിയുലഞ്ഞു.

"പടച്ചവനേ കാരുണ്യവാരിധേ....

മനുഷ്യർക്ക് വേണ്ടി നീ തീർത്ത നിന്റെ സ്വർഗ്ഗപ്പൂന്തോപ്പിൽ എന്റെ

സമീറയുടെ ഉമ്മ ആമിനയെയും നീ ചേർക്കേണമേ ആമീൻ."

പതിനാല്

കാണെക്കാണെ വയസ്സാവുകയാണ്.

അന്നമ്മച്ചേച്ചിയെ ഞാനന്ന് കണ്ടപ്പോൾ ഷുഗറും കൊളസ്ട്രോളും കൂടപ്പിറപ്പായി കൂടെയുണ്ടെന്ന് പറഞ്ഞു. മുട്ടുവേദന പിന്നെ അൻപതു കഴിഞ്ഞ പെണ്ണുങ്ങൾക്ക് ജന്മസിദ്ധവും.

ദേവസ്യച്ചേട്ടൻ രണ്ട് പെഗ്ഗിൽ തുടങ്ങിയതായിരുന്നു. അതിന് തൊട്ട് കൂട്ടാനാണ് ആദ്യമാദ്യം അന്നമ്മച്ചേടത്തി അച്ചാറിട്ട് തുടങ്ങിയത്. അന്നമ്മ ചേട്ടത്തിയുടെ അച്ചാറ് പിന്നീട് പ്രസിദ്ധമാവുകയും ചെയ്തു.

എന്റെ കുട്ടിക്കാലത്തിന്റെ നീണ്ട നാട്ടിടവഴികളിൽ അന്നമ്മച്ചേടത്തിയുടെ മാങ്ങാ അച്ചാറും എന്റെ പനിവർഷങ്ങളിൽ അന്നമ്മച്ചേടത്തിയുടെ നാരങ്ങാ അച്ചാറും എന്നെ പ്രലോഭിപ്പിച്ചിരുന്നു. ഓരോ ഗർഭകാലത്തും എന്റെ ബി പി കുത്തനെ ഉയർത്തിക്കൊണ്ട് അന്നമ്മച്ചേടത്തി അച്ചാറിൽ നിറഞ്ഞ് നില്ക്കും.

ദേവസ്യച്ചേട്ടന്റെ രണ്ട് പെഗ്ഗിപ്പോൾ രണ്ട് ലാർജിലേക്ക് വഴി മാറിയതും മക്കളില്ലാത്തതിന്റെ വേദനയിൽ 'മച്ചിപ്പശു' എന്ന കളിയാക്കലും അന്നമ്മച്ചേടത്തിയുടെ ജീവിതതാളത്തിൽ അപശ്രുതികൾ ചേർത്തു. ഇപ്പോൾ അന്നമ്മച്ചേടത്തി ഉണ്ടാക്കുന്ന അച്ചാറുകൾ എരിവിന്റെ കൂത്തരങ്ങായി തീർന്നു. ഏതു മുളക് പൊടിയിട്ടിട്ടും തൃപ്തയാവാത്ത അന്നമ്മ ചേടത്തി അച്ചാറ് കുപ്പികളിലാക്കി കടകൾതോറും കൊണ്ടു നടന്നു വിറ്റു. പിന്നീട് ഒരു കടക്കാരും അന്നമ്മച്ചേട്ടത്തിയുടെ അച്ചാറ് വാങ്ങാതാവുകയും ചെയ്തു.

മാനസികാരോഗ്യ കേന്ദ്രത്തിൽ സിമന്റടർന്ന നിലത്ത് ഒരു പായയിൽ തനിച്ചിരിക്കെ അന്നമ്മച്ചേടത്തി എന്നെ തിരിച്ചറിയുകയും എനിക്ക് അച്ചാറിന് വേണ്ടി പരതുകയും ചെയ്തു.

പക്ഷേ, ദേവസ്യച്ചേട്ടൻ തെരുവിൽ കിടന്ന് മരിച്ചതും വീട് ബാങ്കുകാർ ജപ്തിചെയ്തതും സ്ഥാവരജംഗമം കണ്ടുകെട്ടിയപ്പോൾ മുളകിൽ കുളിച്ച ധാരാളം അച്ചാറ് കുപ്പികൾ കണ്ടെടുത്തതും ഞാൻ അന്നമ്മ ചേട്ടത്തിയോട് പറഞ്ഞില്ല. ഇനി ശിഷ്ടകാലമത്രയും എന്നെ എന്റെ ഡോക്ടർ അച്ചാറിൽനിന്ന് വിലക്കിയ കാര്യവും ഞാൻ അവരോട് പറഞ്ഞില്ല.

എന്റെ നെറ്റിയിലെ മറുകിൽ നോക്കി അന്നമ്മച്ചേട്ടത്തി എന്നെ സൂസന്നേ എന്ന് വിളിച്ചു. കൺമഷി എഴുതിയതുപോലുള്ള അവരുടെ കുഴിയിലാണ്ട കണ്ണുകളിൽനിന്നും അപ്പോൾ പ്രകാശത്തിന്റെ അരയന്നങ്ങൾ പറന്നുപോകുന്നത് എനിക്ക് കാണാമായിരുന്നു.

ഒരുപക്ഷേ, പ്രസവത്തിൽത്തന്നെ മരിച്ചുപോയ അന്നമ്മച്ചേട്ടത്തിയുടെ ശിശുവിന് ദേവസ്യച്ചേട്ടൻ നല്കിയ പേരായിരിക്കണം സൂസന്ന എന്നത്. മദ്യപാനത്തിന്റെ ആ കറുത്തകാളരാത്രികളിൽ ദേവസ്യച്ചേട്ടൻ കുഴഞ്ഞ നാവുകൊണ്ട് സൂസന്നേ എന്ന് വിളിക്കുന്നത് ഞാൻ കേൾക്കാറുണ്ടായിരുന്നു. ജനിക്കാതെ പോയ സൂസന്നയ്ക്ക് എന്റെ അഭിവാദനങ്ങൾ.

പതിനഞ്ച്

കുഞ്ഞനും അമ്മയും ചിപ്പിയും ഉണ്ടാക്കിയെടുത്ത ആ അടുഗളെയുടെ ലോകത്ത് നിന്നാണ് കുഞ്ഞൻ വളർന്നു വലുതായതും ബാംഗ്ലൂരിലെ കമ്പനിയിൽ ജോലിയായി പോയതും. പോകുമ്പോൾ നവവധുവിനെക്കൂടെ കൊണ്ടുപോയതും.

വിവാഹത്തിന് സർവ്വരും എതിർത്തപ്പഴും അമ്മ അവന്റെ കൂടെ നില്ക്കുകയാണുണ്ടായത്. പാട്ടുകാരനായ ഹരിപ്രസാദ് എന്ന തന്റെ മകന്റെ കൂടെ ഉഷ എന്ന അമ്മ നിന്നു. പണ്ട് മുലച്ചൂര് കൊണ്ട് അമ്മ വേദനിച്ചിരുന്നു. വളർന്ന് മകൻ വലുതായപ്പോൾ വാക്കുകളുടെ ചൂര് കൊണ്ടും അമ്മ വേദനിക്കുന്നു.

ഹരി അമ്മയോട് പറഞ്ഞു.

“അമ്മേ ഒരു പതിനഞ്ച് മിനിറ്റ് മതി. അമ്മയായി ആ കതിർമണ്ഡപത്തിൽ ഒന്ന് നിന്ന് തന്നാൽ മാത്രം മതി.”

കഴിഞ്ഞ ഇരുപത്തിയഞ്ച് കൊല്ലം ഉഷ മകന്റെ നെറുകയിൽ തേച്ചു പിടിപ്പിച്ച രാസ്നാദി പൊടിയുടെ ഗന്ധം ഇത്രവേഗം കാറ്റിലലിഞ്ഞ് ഇല്ലാതെയായോ? അവൾ സ്റ്റാഫ് മുറിയിലിരുന്ന് മുല വേദനിച്ച് കരഞ്ഞിട്ട് ഇപ്പോൾ ഇരുപത്തിനാല് വർഷം കഴിഞ്ഞെന്നോ? ഇപ്പോൾ ആ അമ്മ *പതിനഞ്ച് മിനിറ്റ്* എന്ന പാവനാടത്തിലെ ഒരു കോമാളി കഥാപാത്രം മാത്രമാവണമെന്നോ?

മകന്റെ വിവാഹത്തിന്റെ ഒന്നാം വാർഷികത്തിന് അവൻ അമ്മയെ വീണ്ടും വിളിച്ചു. ഇത്തവണ ഒരു നാല്പതു ദിവസത്തേക്കാണ്. അഭിരാമിയുടെ പ്രസവവും പ്രസവശുശ്രൂഷയും കഴിഞ്ഞ് അമ്മയ്ക്ക് മടങ്ങിപ്പോരാം. അച്ഛന്റെ തുറിച്ചുനോട്ടം കാണാതെ ഉഷ പുറപ്പെട്ടു.

മഹാനഗരത്തിലേക്കുള്ള തീവണ്ടിയിൽ ഈർപ്പം വിട്ടുമാറാത്ത ആ പകൽ മുഴുവൻ ഉഷ ഇരുന്നു. പാട്ടുകാരനും കമ്പനി എക്സിക്യൂട്ടീവുമായ മകനെ ഓർത്ത് അഭിമാനിച്ചുകൊണ്ട് താനൊരു മുത്തശ്ശിയാകാൻ പോകുന്നതിന്റെ സന്തോഷം മനസ്സിലേക്ക് പല വഴിക്കും കടന്നു വന്നു. മനുഷ്യജന്മം പൂർത്തിയാവുക മുത്തശ്ശനും മുത്തശ്ശിയുമൊക്കെ ആവുമ്പോഴാണെന്ന് തോന്നുന്നു.

പുതിയ കാലത്തെ ദാമ്പത്യങ്ങളിലും അകല്ച്ചയുടെ അപസ്വരം കടന്നുവന്നേക്കാം. അപ്പോൾ ആൺമക്കൾ അമ്മയുടെ മണം തീർച്ചയായും തേടി വരുമെന്ന് ഉഷ ഉറപ്പിച്ചു.

പഴയ രാസ്നാദിപ്പൊടിയിലേക്കും, നാട്ടുവഴിയിലേക്കും അമ്മയുടെ നിഴലന്വേഷിച്ച് കൂടുതൽ വെളിച്ചമന്വേഷിച്ച് തന്റെ മകൻ മടങ്ങി വരും. അവന്റെ പാട്ടുകളും. അവന്റെ ഗസലുകൾ വീടകം നിറയ്ക്കും. ചാരുകസേരയിൽ കിടന്ന് അവന്റെ അച്ഛനത് കേൾക്കും. ജാതി മാറി കല്യാണം കഴിച്ചതിൽ പിറന്ന കുഞ്ഞിനെ മടിയിലെടുത്ത് വെക്കും.

ഉഷ ആ മഹാനഗരത്തോട് പുഞ്ചിരിച്ചു.

അത്തരം പുഞ്ചിരികൾ മഹാനഗരങ്ങൾക്ക് അന്യമായിരുന്നു. പ്രത്യേകിച്ചും നിറംകെട്ട അമ്മമാരുടെ.

പതിനാറ്

മീനമാസത്തിലെ സൂര്യൻ ഉച്ചകളെ ചുട്ടുപൊള്ളിച്ചു. അതിനെ ഗൗനിക്കാതെയാണ് ഖദീജ നടന്നത്. വെള്ളിയാഴ്ച ഉച്ചനമസ്കാരം കഴിയുമ്പോഴേക്കാണ് അവളോട് എത്താൻ പറഞ്ഞിരുന്നത്. എന്തിനാണെന്ന് പറഞ്ഞിട്ടുമുണ്ടായിരുന്നില്ല. അവൾ വെന്തുരുകി പള്ളിയിലെത്തി.

പള്ളിയുടെ പിറകുവശത്തെ മാർബിൾ തിണ്ണയിൽ കൈ കുത്തി അവൾ കിതച്ച് കൊണ്ടേയിരുന്നു. അവസാനത്തെ 'റക്കഅത്ത്' നമസ്കാരമാണ്. അവൾ മുഖപടം മുഖത്തേക്ക് വലിച്ചിട്ടു. നമസ്കാരം കഴിഞ്ഞ് ആദ്യം പുറത്തേക്കിറങ്ങിയത് ഉസ്താദായിരുന്നു.

"ഖദീജ അവിടെ ഒരു അരൂല് കുത്തിര്ന്നോ. അന്റെ കാര്യം ഇവടെ പറഞ്ഞിട്ട്ണ്ട്."

അവളുടെ മുന്നിലേക്ക് ഒരു ബക്കറ്റ് നീക്കിവെച്ചു. ചില്ലറകളും നോട്ടുകളും അതിൽ വീണു. പർദ്ദയ്ക്കുള്ളിലെ 'ചരക്ക്' എങ്ങനെ എന്നറിയാൻ ചിലരൊക്കെ അക്ഷമരായി. ചലിക്കാതെ തല ഉയർത്താതെ ഒരു കറുത്ത തുണിക്കെട്ട് പോലെ അവളിരുന്നു. അവസാനത്തെ വിശ്വാസിയും പോയി തീർന്നപ്പോൾ പണം എണ്ണി തിട്ടപ്പെടുത്തപ്പെട്ടു. രണ്ടായിരത്തി മുന്നൂറ്റി അൻപത്തി ഏഴ് രൂപ. "അതിൽ മുന്നൂറ്റി അൻപത്തി ഏഴ് രൂപ പള്ളിക്കലേക്ക്. ബാക്കി ഇജ് എട്ത്തോ."

ഒരു കടലാസു പൊതിയിൽ എണ്ണികിട്ടിയ ചില്ലറയും നോട്ടുമായി അവൾ പള്ളിപ്പടികളിറങ്ങി താഴെ വന്നു.

മരത്തിൽനിന്ന് വീണ് തളർന്ന് കിടക്കുന്ന മാപ്പിളയും മൂന്ന് പെൺമക്കളും. അത് തന്നത് അള്ളാഹുവിന്റെ വിധി. പക്ഷേ, ഇത്രയും അപമാനം... അവൾക്കത് അപമാനമായിത്തന്നെ തോന്നി. പാവപ്പെട്ടവർക്കും അത്തരം തോന്നലുകൾ ഉണ്ടായിക്കൂടേ?

അവൾ കൈതത്തോടിന് കുറുകെ കെട്ടിയ ഓവുപാലത്തിൻ മേൽ കയറി നിന്നു. ആ നോട്ടുകളും ചില്ലറയും സ്ഫടികജലത്തിലേക്ക് കുടഞ്ഞെറിഞ്ഞു. താഴെ പരൽ മീനുകൾ ചില്ലറ കിലുക്കം കേട്ട് ജലോപരിതലത്തിൽ ചിരിച്ചുല്ലസിച്ചു. അവൾ മുഖപടം തലയിലേക്ക് വലിച്ചിട്ട് കൈവീശി നടന്നു.

നാളെ മുതൽ നജ്മൂനെ പോത്താഞ്ചേരിയിലേക്ക് അടുക്കളപ്പണിക്ക് പറഞ്ഞയക്കണം. തളർന്ന് കിടക്കുന്ന മാപ്പളയ്ക്ക് ഒരു കൈത്താങ്ങായി ഞാൻ മതി. ഞങ്ങൾ അന്തസ്സായി ജീവിക്കും. അവൾക്ക് കൈ ഉയർത്തി മുദ്രാവാക്യം വിളിക്കണമെന്നുവരെ തോന്നി. ബാപ്പ പണ്ട് പാടുമായിരുന്ന ഒരു പാട്ട് അവളുറക്കെ മൂളി.... "മണ്ണിന് മരം ഭാരമോ...."

പതിനേഴ്

ഹേമലതയുടെ അനിയത്തി ആത്മഹത്യ ചെയ്ത വിവരം എന്നോട് പറഞ്ഞത് കുമുദമായിരുന്നു. ഹേമലതയും കുമുദവും തമ്മിലുള്ള ബന്ധുത്വം അത്രയൊന്നും നല്ല അവസ്ഥയിലായിരുന്നില്ല. അതുകൊണ്ടു തന്നെ ആ ആത്മഹത്യയുടെ പിന്നിലെ ദുരൂഹത അന്വേഷിക്കാൻ കുമുദം നന്നായി ശ്രമിച്ചിട്ടുണ്ടായിരുന്നു.

എന്ത് വന്നാലും ഒരു ചെറ്മ ചെക്കനെക്കൊണ്ട് അവളെ വിവാഹം കഴിപ്പിച്ച് കൊടുക്കുന്ന പ്രശ്നമില്ലെന്ന് മച്ചുമ്മേലെ ഭഗവതിയെ സാക്ഷി നിർത്തി ഹേമലതയുടെ അമ്മ പ്രഖ്യാപിച്ചിരുന്നു. വെളിച്ചപ്പാടിന്റെ വാളെടുത്ത് തല വെട്ടുമെന്ന് അച്ഛൻ അവളെ ഭീഷണിപ്പെടുത്തുകയും ചെയ്തു.

പക്ഷേ, ഹേമലതയുടെ അനിയത്തി പ്രേമത്തിന്റെ സീമ ലംഘിച്ചിരുന്നു. ചെറുമചെക്കന്റെ ബീജം അവൾ സ്നേഹപൂർവ്വം ഉദരത്തിൽ ഏറ്റുവാങ്ങിയിരുന്നു. അവൾക്ക് അവനെ അത്രമേൽ ഇഷ്ടമായിരുന്നു.

തറവാടിത്തത്തിന്റെ മാനം ഇടിഞ്ഞ് വീഴുന്ന ശബ്ദം അവൾ അവളുടെ ഓക്കാനത്തിനും മീതെ കേട്ടു. ജീവിതത്തിന്റെ വ്യാസവും നീളവും അവൾ സ്വയം അളന്നു തിട്ടപ്പെടുത്തി. തന്റെ കൂട്ടുകാരന്റെ ജഡം കൈതപ്പൊന്തക്കരികിലുള്ള പൊട്ടക്കിണറ്റിൽ ചത്ത് വീർക്കുന്നതോർത്തപ്പോൾ വേദനകൊണ്ട് പുളഞ്ഞു.

ഒടുവിൽ പത്രത്താളത്തിലെ ആത്മഹത്യാ കോളത്തിൽ ആ ആഴ്ചയിലെ ഏറ്റവും സുന്ദരിയായ മരണിനിയായ് ഹേമലതയുടെ അനിയത്തി ചിരിതൂകി. കാമുകിക്ക് പിന്നാലെ കാമുകനും വിഷം കഴിച്ച് മരിച്ചെന്ന വാർത്തയും പിറ്റേ ദിവസം പത്രത്തിൽ സ്ഥാനം പിടിച്ചു.

പ്രണയിക്കുമ്പോൾ ജാതിയും മതവും ഒക്കെ നോക്കേണ്ടതല്ലേ എന്ന കുമുദത്തിന്റെ കാകദൃഷ്ടി എന്നെ വേദനിപ്പിച്ചു. സംഭാരത്തിലെ പച്ച

മുളകുകളെ നീളത്തിൽ തുപ്പിക്കൊണ്ട് കുമുദം ഹേമലതയുടെ പോക്കിലും ദുരൂഹതയുണ്ടെന്ന് എന്നോട് പറഞ്ഞു. അനിയത്തിയുടെ മരണം നല്കിയ നഷ്ടം നികത്താനാവാതെ വിങ്ങിപ്പൊട്ടി നില്ക്കുന്ന പാവം ഹേമലതയെപ്പോലും വെറുതെ വിടാൻ ഇവൾക്ക് ഭാവമില്ലല്ലോ?

"പടച്ചവനേ നീ എല്ലാവർക്കും നല്ല മനസ്സ് കാരുണ്യം കൊടുക്കാത്തതെന്ത്? നിന്റെ ഖജനാവിൽ തീർത്താൽ തീരാത്ത കാരുണ്യ പുഷ്പങ്ങളില്ലേ? അതെല്ലാം ഈ മനുഷ്യന് നല്കി നിനക്ക് കൂടുതൽ ദയാലുവായിക്കൂടേ?

പതിനെട്ട്

അരക്കൊല്ലപരീക്ഷകാലത്താണ്. ജുവൈരിയയുടെ നോട്ടുപുസ്തകം ഞാൻ കണ്ടത്.

ചരിഞ്ഞ അക്ഷരങ്ങളിൽ അവൾ എഴുതിയ കവിതക്കൂട്ടം. ഞാനവ വായിച്ച് തീർന്നപ്പോഴേക്കും നോട്ടുപുസ്തകത്തിന് വേണ്ടി അവൾ കാത്ത് നില്പുണ്ടായിരുന്നു.

"ഇതൊക്കെ സ്വന്തമായി എഴുതിയതാണോ?"

മക്കനയിട്ട മുഖത്ത് കൂമ്പിയ കണ്ണുകളിൽ സത്യം മാത്രമേ എനിക്ക് കാണാനായുള്ളൂ.

ജുവൈരിയ ഇനിയും കവിതകളെഴുതണം.

"തന്റെ കവിതകളൊക്കെ പ്രസിദ്ധീകരണത്തിന് കൊടുക്കണം. താൻ വലിയ കവയിത്രിയായി അറിയപ്പെടും."

പതുക്കെ വളരെ പതുക്കെ അവളെന്നോട് പറഞ്ഞു.

"എന്റെ ജീവിതത്തിന് ഒരു പത്തിരിവട്ടമേ ഉള്ളൂ ടീച്ചർ." അവളെന്റെ കൈയിൽനിന്നും ആ നോട്ട് പുസ്തകം വാങ്ങി സ്കൂളിന്റെ ചരൽ മുറ്റത്തെ കുട്ടികളിൽ ലയിച്ചു.

ആ വർഷം മുഴുവൻ വിഷയങ്ങൾക്കും എ പ്ലസ് നേടിയ അവളെ അഭിനന്ദിക്കാൻ ചെന്ന അദ്ധ്യാപകരോട് അവളുടെ ഉപ്പ പറഞ്ഞു.

"മാഷന്മാരെ... ഓളെ ദുനിയാവിലെ എ പ്ലസൊക്കെക്കഴിഞ്ഞ്. ഇഞ്ഞി ഓള് സ്വർഗ്ഗത്തിൽക്ക്ള്ള 'പ്ലസ്' സമ്പാദിക്കട്ടെ. മാഷന്മാര് ചെല്ലി."

അതേ വർഷം തന്നെ കുട്ടികൾ വന്ന് പറഞ്ഞു ജുവൈരിയയുടെ കല്യാണം കഴിഞ്ഞെന്ന്.

കറുത്ത പർദ്ദയും കറുത്ത മഫ്തയും കറുത്ത കൈയുറകളും കറുത്ത കാലുറകളും അതിനുള്ളിൽ കവിതയെ പ്രണയിക്കുന്ന ഒരു കുഞ്ഞു സൂര്യൻ പടി കടന്നുപോകുന്നത് ഞാനറിഞ്ഞു.

എനിക്കിടപെടാൻ കഴിഞ്ഞില്ലല്ലോ. ജീവിതം ഇടപെടലാണെന്ന്

മറിയം എപ്പോഴും പറയും.

നിങ്ങൾ രാഷ്ട്രീയത്തിൽ ഇടപെടുന്നില്ലെങ്കിൽ രാഷ്ട്രീയം നിങ്ങളിലിടപെടുമെന്നും വിപ്ലവസംഘടനയുടെ ഒരു പോസ്റ്ററിൽ വായിച്ചിരുന്നു. ജുവൈരിയയുടെ ജീവിതത്തിൽ ഇടപെടാൻ പോകുന്ന രാഷ്ട്രീയം എന്തായിരിക്കും? പതിനെട്ട് വയസ്സ് പോലും ആകാതെ ഒരു കുഞ്ഞു പെൺകുട്ടി ഈ വഴിയിൽ തനിച്ചാവില്ലേ?

"ഏതു ജന്മാന്തരങ്ങളിലും മായാതെ നില്ക്കും ഗുരോ നിൻമുഖമെൻ മനസ്സിൽ എന്നവൾ, കളിയായി പറഞ്ഞതാവുമോ ഈ എന്നോട്? ഈ ഗുരുവിന്റെ മുഖത്ത് അവൾ കണ്ട നിസ്സംഗത....

പത്തൊമ്പത്

വലിയ ചടങ്ങുകളില്ലാത്തതുകൊണ്ടും ബന്ധുമിത്രാദികൾ പങ്കെടുക്കാത്തതുകൊണ്ടും തികച്ചും അനാർഭാടമായിരുന്ന ഇന്ദുവിന്റെയും ദീപക്കിന്റെയും വിവാഹം. ഞാനും കുമുദവും നസ്രീനും മാത്രമായിരുന്നു സാക്ഷികൾ. മറിയം അപ്പോൾ തമിഴ്നാട്ടിലെ ഈറോഡായിരുന്നു, ഭർത്താവിന്റെ കൂടെ.

കാറിറങ്ങി ഒരു ചരൽകൽവഴിയിലൂടെ താഴേക്കിറങ്ങിയാൽ ആദ്യം കണ്ട വീടായിരുന്നു ദീപക്കിന്റേത്. മുടി മുഴുവൻ നരച്ചെങ്കിലും അവന്റെ അമ്മയുടെ മുഖം തേച്ചുമിനുക്കിയ ഒരു ഓട്ടുപാത്രം പോലെ കാണപ്പെട്ടു.

നിലവിളക്കിന് മുന്നിലിരുത്തി അമ്മ അവനെക്കൊണ്ട് താലി കെട്ടിച്ചു. പരസ്പരം മാലയിടുവിക്കുകയും ചെയ്തു. ചെറിയ ഒരു സദ്യയുമുണ്ട് ഞങ്ങൾ തിരിച്ച് പോന്നു.

ഇന്ദുവിന്റെ ഫോൺ പഴയതുപോലെ എനിക്ക് വരാതായി. കുമുദം അവിടംവരെ അന്വേഷിച്ച് ചെന്നു. അങ്ങിനെ മിനക്കെടേണ്ടതില്ല എന്ന് ഞാനവളെ വിലക്കിയെങ്കിലും പ്രാഥമികാരോഗ്യ കേന്ദ്രത്തിലെ ഇന്ദുവിന്റെ ജോലിസ്ഥലത്തേക്കാണ് കുമുദം പോയത്. ഇന്ദു കുമുദത്തെ കണ്ട് വിങ്ങിപ്പൊട്ടിയത്രെ. ബാക്കിയെല്ലാം കുമുദം പറഞ്ഞതാണ്.

ദീപക് നേരത്തെ വിവാഹം കഴിച്ചിരുന്നുവത്രെ. അക്കാര്യം ഇന്ദുവിനും അറിയുമായിരുന്നു. പക്ഷേ, സാക്ഷി ഒപ്പിടാൻ ചെന്ന ഞങ്ങൾ അക്കാര്യം അറിഞ്ഞതുമില്ല. ദീപക് അസ്വസ്ഥനാവുന്നുവെന്നും കൗൺസലിങ്ങിന് മൂന്ന് തവണ വിധേയനായെന്നും ഇന്ദു കുമുദത്തോട് പറഞ്ഞുവത്രെ.

പ്രണയ വിവാഹത്തിന്റെ കല്ലോലിനിയിൽ തിരകളടങ്ങിയോ? പിന്നീട് കുറെ ദിവസത്തിനുശേഷം എന്റെ മൊബൈലിലേക്ക് ഇന്ദുവിന്റെ ഒരു മെസ്സേജ് വന്നു.

"ദീപക് പൂർവ്വാശ്രമത്തിലേക്ക് തിരിച്ചു പോയി"

അടിച്ച് പിരിയുകയും ബന്ധം നിയമപരമായി വേർപെടുത്തുകയും ചെയ്തിട്ടും ദീപക് എന്തിനാവണം ആദ്യ ഭാര്യയുടെ അടുത്തേക്ക് തിരിച്ച് പോയിട്ടുണ്ടാവുക. അതോ നഗരങ്ങളിലൊക്കെ വിവാഹബന്ധം വേർപെടുത്തിയ സർട്ടിഫിക്കറ്റ് കാണിച്ചാൽ വല്ല ആനുകൂല്യവും കിട്ടുമെന്നുണ്ടോ?

എന്തെരോ എന്തോ?

അറിവുകൾ എത്ര പരിമിതമാണ്. ചിലപ്പോഴൊക്കെ ലജ്ജ തോന്നുന്നു. നാം നേടി എന്ന് പറയുന്നത് എന്താണെന്ന് എനിക്ക് മനസ്സിലാകുന്നില്ല.

ഇരുപത്

മറിയം ഈറോഡിൽനിന്നും തിരിച്ചെത്തി.

"ഇക്കാക്കാന്റെ "ദർഗ്ഗ" സന്ദർശനം ഇപ്പോ കൂടിക്കൂടി വരികയാണ്. കാറ്റ് കാലത്താണല്ലോ ഈ പിരാന്ത് മൂക്കുക. കിട്ട്ണ ശമ്പളം മുഴുവനും, പിന്നെ ലോണെടുത്തും 'അനലിയാക്കൽ' മാരുടെ ഖബറിടങ്ങളിൽ മുഴുവൻ 'സിയാറത്ത്' നടത്തുകയാണ്."

അശോകാപാക്കിന്റെ കഷണം വായിലിട്ടവൾ എന്നോട് പറഞ്ഞു. "ഞാൻ *കയ്യൊപ്പ്* സിനിമേന്റെ സീഡി കൊണ്ടോന്ന്ണ്ട് ഞമ്മക്ക് കാണാം. എമ്മായ്രി പ്രേമാ ഇഷ്ടാ മമ്മൂട്ടീന്റേം ഖുശ്ബൂന്റേം."

"വളർന്ന് വര്ണ രണ്ട് പെമ്മക്കളെ കാര്യം ഓർമ്മണ്ടോ അനക്ക്? മൂപ്പര്ടെ ദർഗ്ഗ സന്ദർശനം അവസാനിപ്പിക്കാൻ നെന്റട്ത്ത് ഒരു വഴീം ഇല്ലേ?"

എന്റെ ചോദ്യത്തിന് നേർക്ക് അവൾ നീട്ടി തുപ്പി. "ഒരു പെണ്ണിന്റെടുത്ത് ആണിനെ കുടുക്കിടാൻ ഒരൊറ്റ വഴിയേ ഉള്ളൂ. അതയാൾക്ക് വേണ്ടതാനും. ഭാര്യയുമായി ശാരീരിക ബന്ധം പുലർത്താതെ വേണം സിയാറത്ത് യാത്ര നടത്താൻന്ന് ഏതോ വിവരംകെട്ട മൂപ്പര്ടെ ഒരു ചങ്ങായി മൂപ്പരെ ഉപദേശിച്ചിട്ടുണ്ട്."

അതും പറഞ്ഞ് അവൾ സിസ്റ്റം ഓണാക്കി. ഞങ്ങൾ *കയ്യൊപ്പ്* സിനിമ കണ്ടു തുടങ്ങി.

ഇരുപത്തി ഒന്ന്

പ്രീഡിഗ്രി കാലംതൊട്ട് തന്നെ നിർമ്മല എന്റെ നല്ല സുഹൃത്തായിരുന്നു. പലപ്പോഴും അവളുടെ കൂടെയായിരുന്നു ഞാനാ മഴക്കാലത്തെ നേരിട്ടത്. കോളേജ് വഴി ബസ് പോകാത്തതിനാൽ എത്ര നടന്ന് വേണ്ടി

യിരുന്നു അന്ന് കോളേജിലെത്താൻ. ഞങ്ങളോടൊപ്പം നടക്കാനും മഴയെ തോല്പിക്കാനും ഞങ്ങളുടെ ക്ലാസിലെ സുനിലുമുണ്ടായിരുന്നു.

വനവാസകാലത്തെ രാമനേയും സീതയേയും ഊർമ്മിളയേയും ഓർമ്മിച്ചിരുന്നു ആ നടത്തം. പിന്നെ എപ്പോഴാണ് അവർ രണ്ടു പേരും പ്രണയത്തിലായത് എന്നെനിക്കറിയില്ല. പക്ഷേ, അവർ പ്രണയത്തിലായിരുന്നു.

കോളേജിൽനിന്ന് പോന്നതിന് ശേഷവും പിന്നീട് നിർമ്മല എന്നെ കണ്ടപ്പോഴെല്ലാം സുനിലിനെക്കുറിച്ച് മാത്രം ചോദിച്ചു. എനിക്കറിയില്ല എന്ന പതിവുത്തരം ചിലപ്പോഴെല്ലാം അവളെ പ്രകോപിപ്പിച്ചു. സുനിലിന്റെ കല്യാണക്കുറി എനിക്കും നിർമ്മലയ്ക്കും കിട്ടി. അവന്റെ വീട്ടിന്റെ നടുവകത്തിരുന്ന് നിർമ്മല സുനിലിനെ നോക്കിയ ആ നോട്ടമുണ്ടല്ലോ.... ഓ.... അന്ന് മുതലായിരുന്നത്രെ സുനിൽ ശരിക്കും നിർമ്മലയെ പ്രണയിച്ച് തുടങ്ങിയത്. അവൻ ഭാര്യയേയും കൂട്ടി ഡെറാഡൂണിലേക്ക് പോയി.

നിർമ്മലയ്ക്ക് ഒരുതരം പകനായിരുന്നു. പക്ഷേ, അവൾക്കാദ്യമായി വന്ന വിവാഹാലോചന തന്നെ അവൾ സമ്മതം മൂളി. അയാൾക്ക് അവളേക്കാളും പതിനാല് വയസ്സ് മൂപ്പുണ്ടായിരുന്നിട്ടും.

വിവാഹശേഷം രണ്ട് തവണയേ എന്റെ നിർമ്മല എന്നെ വിളിച്ചിട്ടുള്ളൂ. ചെന്നൈ വിമാനത്താവളത്തിൽ അവൾ ആൻഡമാൻ ദ്വീപസമൂഹങ്ങളിലേക്ക് പറക്കാൻ ഭർത്താവുമൊത്തിരിക്കുമ്പോൾ അപ്പോഴും അവൾ സ്വരം താഴ്ത്തി എന്നോട് സുനിലിന്റെ വിവരം ചോദിച്ചു. ഞാനെപ്പഴേ മറന്നു കഴിഞ്ഞ ആ സുഹൃത്തിന്റെ ഒരു വിവരവും എനിക്കറിയില്ലായിരുന്നു. ഞാൻ ഫോൺ കട്ടാക്കി.

മറ്റൊരിക്കൽ അവൾ പൊട്ടിത്തെറിച്ചുകൊണ്ടെന്നോട് പറഞ്ഞത് സുനിലിനെക്കുറിച്ചാണ്.

“മഹാപാപി...... ഞാനെഴുതിയ മുഴുവൻ കത്തുകളും ഞാനവന് കൊടുത്ത ഫോട്ടോയും അവൻ എന്റെ ഭർത്താവിന് കൊറിയറിൽ അയച്ച് കൊടുത്തു.”

അത് കേട്ടപ്പോൾ എന്റെ നെഞ്ചിടിപ്പ് വർദ്ധിച്ചു. അവൾ തുടർന്ന് പറയുകയുണ്ടായിരുന്നു.

“അന്നെന്റെ ജീവിതം അവസാനിച്ചു എന്ന് ഞാൻ കരുതിയതാണ്. ആ കാലിൽ വീണു കിടന്ന എന്നെ പിടിച്ചുയർത്തി അദ്ദേഹം പറഞ്ഞതെന്താണെന്നോ?”

“പ്രണയത്തിന്റെ ഒരു തുലാമഴയിലും നനയാത്തവരെ ജന്തുശാസ്ത്രത്തിൽ മനുഷ്യരെന്ന് വിളിക്കില്ലെന്ന്. അപ്പോൾ മുതലാണ് ഞാൻ ദൈവത്തെ കണ്ടു തുടങ്ങിയത്. അല്ലെങ്കിൽ ഞാനിന്ന് ഏതെങ്കിലും തെരുവിലെ ഓടയിൽ കിടന്നേനെ.”

മറുതലയ്ക്കൽ നിശ്ശബ്ദത. ഞാനേറെ നേരം ഫോൺ ചെവിയിൽ ചേർത്തുപിടിച്ചെങ്കിലും ഒന്നും കേൾക്കാനായില്ല. എനിക്കപ്പോൾ നിർമ്മലയെ കാണണമെന്ന് ഉൽക്കടമായി തോന്നി.

പിന്നീടൊരിക്കലും നിർമ്മല വിളിച്ചില്ല. തിരിച്ച് വിളിച്ചാൽ കിട്ടാറുമില്ല.

ആൻഡമാൻ നിക്കോബാർ ദ്വീപ് സമൂഹങ്ങളിൽ ആഞ്ഞടിച്ച സുനാമി ഒരുപക്ഷേ, എന്റെ നിർമ്മലയേയും കേവല മനുഷ്യൻ മാത്രമായ അവളുടെ ഭർത്താവിനെയും.....

ഇല്ല അങ്ങനെയൊന്നും സംഭവിച്ചിരിക്കില്ല.

ഇരുപത്തി രണ്ട്

അക്കാലത്ത് *എന്റെ സൂര്യപുത്രിക്ക്* എന്ന സിനിമ കണ്ടത് കൊണ്ടോ മറ്റോ മേദിനി വീട് വിട്ടു. നേരെ ചെന്നത് ഗുരുനിത്യചൈതന്യ യതിയുടെ ഊട്ടിയിലുള്ള ആശ്രമത്തിലേക്കായിരുന്നു. കഥയല്ല. ജീവിതമെന്ന് ഗുരു അവളെ തിരുത്തിയെങ്കിലും ആശ്രമത്തിന്റെ തനുവിലും തണുപ്പിലും മേദിനി ചുരുണ്ട് കൂടി.

(അവനവനാത്മസുഖത്തിനാചരിപ്പവ
അപരനു സുഖത്തിനായ് വരേണം)

എന്ന ഗുരുവചനം അവൾ പലപാട് പാടി നോക്കിയെങ്കിലും അതിന്റെ സാരം ഉൾക്കൊള്ളാൻ മേദിനിയുടെ ഭൂമിശാസ്ത്രം വിസമ്മതിച്ചു.

അലസിപ്പോയ, ഒരു ഭ്രൂണംപോലെ അവൾ ആശ്രമവാസം അവസാനിപ്പിച്ച് തിരിച്ചു പോന്നു. രണ്ട് ദിവസം കൊണ്ടുതന്നെ ബോറടിച്ചെന്നും പറഞ്ഞാണ് അവൾ തിരിച്ച് പോന്നത്. നഗരകന്യകമാർക്ക് അവരുടെ സ്വാതന്ത്ര്യങ്ങളിൽനിന്നും പലവകധാരികളായ ആശ്രമകന്യകളുടെ ചിട്ടയിലേക്ക് ഗതിമാറ്റം നടത്തുക സാദ്ധ്യമല്ലെന്ന് മേദിനിയെ കണ്ടപ്പോൾ എന്നിലെ കവി എന്നോട് അടക്കം പറഞ്ഞു.

മറ്റൊരിക്കൽ മേദിനി എന്റെ വീട്ടിൽ വന്നപ്പോൾ കൈയിൽ ഒരു കിങ്ഫിഷർ ബിയറിന്റെ ബോട്ടിലുണ്ടായിരുന്നു. അത്തവണ വന്നപ്പോൾ അവൾ മുടി ബോബ് ചെയ്യുകയും ജീൻസും ബനിയനും ധരിക്കുകയും ചെയ്തിരുന്നു. മുലകളില്ലാത്ത അവളുടെ തേമ്പിയ മാറിൽ ബനിയനിൽ 'കാച്ച് മീ' എന്ന് ഇംഗ്ലീഷ് ലെറ്ററിൽ മുകളിലായി ഒരു കാപ്പിരിയുടെ ചിത്രവുമുണ്ടായിരുന്നു.

അടുക്കളയിൽനിന്നും രണ്ട് ഗ്ലാസെടുത്ത് അവൾ ബിയറൊഴിച്ചു. ഇതൊന്നും ഇവിടെ പതിവില്ല എന്ന് ഞാൻ വിനയാന്വിതയായെങ്കിലും പുച്ഛം കലർന്ന ചിരിയോടെ അവൾ പുരികമുയർത്തി.

"ആറ് ശതമാനമേ ആൽക്കഹോളുള്ളൂ.
മുതുചൂടിന് നല്ലതാണ്
സ്ത്രീകൾക്കും കഴിക്കാം."

എന്നൊക്കെ അവൾ എന്നെ പ്രലോഭിപ്പിച്ചുകൊണ്ടേയിരുന്നു. മരുന്നിന് പോലും മദ്യം കഴിക്കരുതെന്ന് 'മദ്രസയിൽ' പഠിച്ച കാര്യം ഞാനവളോട് പറഞ്ഞില്ല.

ഇരുത്തം വന്ന ഒരു മദ്യപാനിനിയെപ്പോലെ അവൾ സിപ്പ് ചെയ്ത് തുടങ്ങി. അച്ഛന്റെയും അമ്മയുടെയും മരണത്തോടെ അവൾ അനാഥയെപ്പോലെ ആയെന്നും ജ്യേഷ്ഠന്മാർ ഭാര്യവീടുകളിൽ താമസമായെന്നും ഏതോ ഒരു മുറച്ചെറുക്കൻ അവളെ കുളിമുറിയിൽ ഒളിച്ചിരുന്ന് പണ്ട് പീഡിപ്പിച്ചിരുന്നുവെന്നും ആ രാത്രി അവൾ ഞാനുമായി പങ്കുവെച്ചു. ആ മെലിഞ്ഞ കവിളിലൂടെ അനുസരണക്കേടിന്റെ കണ്ണുനീർ ഒഴുകി പടർന്നു. കണ്ണടയെടുത്തവൾ കണ്ണ് തുടച്ചു. ഞാനെത്ര നിർബ്ബന്ധിച്ചിട്ടും ആ രാത്രി തന്നെ സ്ഥലം വിട്ടു. ഇരുട്ടിലേക്ക് ഇറങ്ങിപ്പോയ അവൾ ബാക്കിയാക്കിയ ബിയർ കുപ്പിയെടുത്ത് അടുക്കളയുടെ പിറകിലുള്ള ചെറിയ കുറ്റിക്കാട്ടിലേക്ക് ഒരു നെഞ്ചിടിപ്പോടെ ഞാൻ വലിച്ചെറിഞ്ഞു.

ദൈവമേ നീ നിന്റെ പ്രജകൾക്ക് നിഷിദ്ധമാക്കിയത് മദ്യമായിരുന്നോ? അതോ മദ്യപിക്കാനുള്ള അവരുടെ അടവായിരുന്നോ? സുരപാനം നടത്തിയ ചില മഹാദൈവങ്ങൾ ആ കുറ്റിക്കാട്ടിലിരുന്ന് എന്നെ കൊഞ്ഞനം കുത്തി. എന്റെ അജ്ഞതയിൽ ഞാൻ നാണംകെട്ടു.

ഇരുപത്തി മൂന്ന്

ബാല്യകാലത്ത് ഞാൻ കണ്ട ജീവിതപുസ്തകത്തിലെ ആ ഒരേടിനെ എടുത്ത് തലോടി അവിടെ തന്നെ തിരികെ വെക്കാൻ എനിക്കിഷ്ടമാണ്. ചിലതൊക്കെ മറിച്ച് മറിച്ച് കളയാനാണ് ഞാൻ ആഗ്രഹിക്കുന്നത്. എന്നാൽ വേറെ ചിലത് തഴുകിയും തലോടിയും നുണഞ്ഞ് തീരുമോ മിഠായി എന്നോർത്ത് കരയുന്ന ഒരു കുട്ടിയെപ്പോലെ.

സൗദയുടെ കാര്യമാണ് പറഞ്ഞ് വരുന്നത്. പ്രായപൂർത്തിയാകുന്നതിന് മുൻപ് തന്നെയാണ് അവളെ അവളുടെ ഉപ്പ അയാൾക്ക് കല്യാണം കഴിച്ച് കൊടുത്തത്. കുളക്കടവിൽ വെച്ച് പത്ത് മീനുകളെ സാക്ഷിനിർത്തി അവൾ എന്നോട് എല്ലാ രഹസ്യവും പറഞ്ഞിട്ടുണ്ട്.

വിവാഹരാത്രി തന്നെ അയാൾ ഒരാൺകുട്ടിയോടെന്നപോലെയാണ് അവളോട് പെരുമാറിയത്. പിന്നീടുള്ള രാത്രികളും ആവർത്തനങ്ങളുടെ അതേ നാടകം തന്നെ. കഥാപാത്രമോ കഥയോ മാറാതെ.

താനിപ്പോഴും കന്യകയാണെന്ന് അവൾ ബാപ്പയോട് എങ്ങനെ പറയും?

പൊടുന്നനെ അയാൾക്ക് അവളിലെ ആൺകുട്ടിയെയും മടുത്ത് തുടങ്ങി. പറമ്പിലെ തേങ്ങയും പാടത്തെ നെല്ലും കനം വെപ്പിച്ച അയാളുടെ മടിശ്ശീലയിലേക്ക് ഒരു മുട്ടനാടിന്റെ ശൗര്യത്തോടെ ഗോവിന്ദൻ എന്ന കരുമാടി കടന്നു വന്നതോടെ അയാൾ കുളക്കടവിൽ കാലുയർത്തി വെച്ച് ധന്വന്തരം കുഴമ്പ് കൊണ്ട് മേലാസകലം തടവിക്കപ്പെടുകയും അയാളിലെ പുരുഷനെ ഗോവിന്ദനെക്കൊണ്ട് ഉണർത്തുകയും ചെയ്തു കൊണ്ടിരുന്നു.

ചരക്ക് കൊണ്ട് അയാൾ കൊച്ചിയിൽ പോയ രാത്രി, മഴയുടെ ഗസൽ പൂവുകൾ വിരിഞ്ഞ രാത്രി, സൗദയുടെ വളകിലുക്കം ഗോവിന്ദൻ കേട്ടു. അവളിലെ കന്യകാത്വം സസന്തോഷം അവൻ കവർന്നെടുത്തു. ഒരു കാട്ടാനയുടെ കാൽച്ചുവട്ടിൽ ഞെരിഞ്ഞമരാൻ കൊതിച്ച ഒരു പനയോലയെപ്പോലെ അവൾ പൂട്ടിമറിക്കപ്പെട്ടു.

ഗോവിന്ദൻ ഒരേ സമയത്ത് അയാളുടെ കാമുകിയും സൗദയുടെ കാമുകനുമായിത്തീർന്നു. ഇരട്ടവേഷം ആടി തിമിർത്തു.

പ്രതികാരത്തിന്റെ സുരഭിലമായ രസം നുകർന്ന് സൗദ അവളുടെ തീക്ഷ്ണമായ യൗവനത്തെ ആഘോഷിച്ചു. അവൾ മുടിയഴിച്ചിട്ടു. കണ്ണിൽ സുറുമയെഴുതി. കൈയിൽ മൈലാഞ്ചികൊണ്ട് ചിത്രപ്പണി ചെയ്തു. കാൽ നഖങ്ങളിലും പാദങ്ങളിലും മൈലാഞ്ചി ചോപ്പും മുഖത്ത് മഞ്ഞൾ പ്രസാദവുമായി അവൾ ഞങ്ങളുടെ നാട്ടുവഴികളിലൂടെ അലസം നടന്നു.

മുകളിലേക്കുള്ള ഗോവണി ഇറങ്ങുമ്പഴും കയറുമ്പഴും അവൾ വെറുതെ ചിരിച്ചുകൊണ്ടിരുന്ന അവളുടെ കുപ്പിവളകളെ കുത്തിപൊട്ടിച്ച് അയാൾ അയാളിലെ ആണിനെ സാന്ത്വനപ്പെടുത്തി.

കാട്ടിൽ സുഗന്ധമില്ലാതെ വിടർന്നുനിന്നിരുന്ന ഒരു പൂവ് ഇപ്പോൾ അനേകം വണ്ടുകളെ ആകർഷിക്കുന്ന ഒരു നാട്ടുപൂവായി മാറി. അവളുടെ ഒരു നോക്കിനായി ഞങ്ങളുടെ വഴിയോര യൗവനങ്ങൾ കൊതിയൂറി. അവളുടെ ചുണ്ടിൽ കൊരുക്കാൻ ഓരോ യുവാവും കൊതിച്ചു.

അവൾ സുരഭിലയായ്..... വിലാസിനിയായ്....

വൈശികതന്ത്രത്തിലെ മറ്റൊരേടായ്......

ഞങ്ങളുടെ കൈതത്തോടിന്റെ വക്കിലും മെലിഞ്ഞ പാലങ്ങളിലും അവളുമായി കൂട്ടിമുട്ടാൻ.... അവളെ ഒന്ന് തൊട്ടുരുമ്മാൻ.... തൊട്ടുരുമ്മിയ മായികത പങ്കുവെക്കാൻ യുവത മത്സരിച്ചു.

ഇരുപത്തി നാല്

എനിക്ക് ഗംഗയെ അത്രയ്ക്കിഷ്ടമാണ്. അവളെ കാണുമ്പോഴെല്ലാം ഏതെങ്കിലും ഒരമ്പലത്തിലെ പ്രസാദമുണ്ടാവും കൈയിൽ. ഒരിക്കലും

വിയർക്കാത്ത ആ നീളൻ ചന്ദനക്കുറിയില്ലേ, അത് അവളെ പെട്ടെന്ന് തന്നെ മുത്തശ്ശിത്തത്തിലേക്ക് ആനയിക്കുമെന്ന് എനിക്ക് തോന്നുന്നു.

ഇത് ഗുരുവായൂർത്തെ
ഇത് വൈരങ്കോട്ടെ
ഇത് പുച്ചാട്ടു പറമ്പിൽത്തെ
ഇത് ഹനുമാൻ കാവിൽത്തെ
ഇത് കൊട്ടിയൂർത്തെ
ഇത് പളനീൽത്തെ
ഇത് മൂകാംബികേൽത്തെ.......

ഒരു മൃദു അനുനാസകത്തിൽ ഗംഗ പറഞ്ഞുകൊണ്ടിരിക്കും.

പ്രസാദമധുരം എന്റെ നാവിൽ അലിഞ്ഞുചേരും. ദൈവങ്ങളുടെ മണവും രുചിയും ഒന്നുതന്നെ. മധുരം മധുരമയം.

ഞാൻ കണ്ണടച്ച് ആ മധുരത്തെ അനുഭവിക്കുമ്പോൾ ഗംഗ വിളിക്കും.

"ന്റെ കൃഷ്ണാ ഗുരുവായൂരപ്പാ....
ദേവീ കാത്തോളണേ...."

വേനലിന്റെ തുടക്കത്തിൽ തൊടിയിലെ മൂവാണ്ടൻ മാങ്ങ ചെനയ്ക്കുമ്പോൾ മഞ്ഞയും പച്ചയും നിറമുള്ള സ്ക്വാഷുണ്ടാക്കി എന്നെ എപ്പോഴും വിസ്മയിപ്പിക്കുകയും എന്റെ ദാഹത്തെ ശമിപ്പിക്കുകയും ചെയ്തുപോന്നു ഗംഗ.

അവളുടെ ചോറ്റുപാത്രത്തിന്റെ ഉപപാത്രങ്ങളിൽ പലതരം കൊണ്ടാട്ടങ്ങൾ.

"അത് കഴിക്കൂ.... ഇത് കഴിക്കൂ.... പറയൂ ഇതെന്ത് കൊണ്ടാട്ടമാണ്?"

ജീവിതത്തിലിന്നേവരെ ഒരു കൊണ്ടാട്ടവും ഉണ്ടാക്കാതെ അന്തം മറിഞ്ഞിരിക്കുന്ന എന്നെ ഒട്ടും പരിഹസിക്കാതെ അവൾ പറയും.

"കുട്ടീ... ഇത് അരി കൊണ്ടാട്ടം... ഇത് വെണ്ട..... ഇത് പയറ്..... ഇത് കപ്പത്തോല്.... ഇത് മധുരനാരങ്ങയുടെ തൊലി..... ഇത്... ഇത്..."

എന്നിട്ട് ഗംഗ നിറഞ്ഞ് ചിരിക്കും. മായാത്ത ചിരിയിൽ അന്ന പൂർണ്ണേശ്വരിയായി എന്റെ ഗംഗ, പോയകാലം സ്മരിക്കും.

പണ്ട് ഒരു മുത്തശ്ശിയോടൊപ്പം തറവാടിന്റെ പടിപ്പുരയിൽ കുഞ്ഞു ഷെമ്മീസിട്ട കൊച്ചു ഗംഗ ഒരു പാനീസ് വിളക്കുയർത്തി അത്താഴപ്പഷ്ണിക്കാർണ്ടോ എന്ന് ഉറക്കെ ചോദിച്ചിരുന്നു. ഗ്രാമത്തിലെ ഒടുവിലത്തെ അത്താഴപഷ്ണിക്കാരനെയും ഊട്ടിയ, കൊടുത്തു മുടിഞ്ഞ തറവാട്ടിലെ ഈ ഗംഗയ്ക്ക് അന്നപൂർണ്ണേശ്വരിയാവാതെ പറ്റുമോ? ഇത്തരം ഗംഗമാരില്ലാതെ ഈ ലോകത്തിന് മുന്നോട്ട് ഗമിക്കാനാവുമോ? എല്ലാം എനിക്കെന്ന സ്വാർത്ഥത്തിൽ വേറിട്ട് നില്ക്കുന്ന ഈ ഗംഗ. പവിത്രയായി നിർമ്മലയായി, നമുക്കിടയിൽ പാവം....

പ്രസാദവും സ്ക്വാഷും കൊണ്ടാട്ടങ്ങളുമായി....

സ്കൂളിലെ ഓരോ ദരിദ്രബാല്യത്തിനും കുടയായി, ചോറ്റുപാത്രമായി, പുസ്തകമായി വലതുകൈയും യൂണിഫോമുമായി.... ചിരിയായി... ഇടതു കൈയും പരസ്പരമറിയാതെ ദാനം കൊടുത്ത് പുണ്യ നദിയായ് ആ ഗംഗ ഒഴുകട്ടെ. അതിന്റെ പാർശ്വങ്ങളിൽ മലമൂത്രവിസർജ്ജനം നടത്തി കാലത്തിന് തൃപ്തി അടയാം.

ന്റെ കൃഷ്ണാ ഗുരുവായൂരപ്പാ.... കാത്തോളണേ..... എന്റെ ഗംഗയെ എന്റെ ഗംഗയിലെ ഗാന്ധിയെ എന്നെങ്കിലും കടല കൊറിക്കുന്ന ഒരു ഗോഡ്സെ കാണാതിരിക്കുമോ?

ഇരുപത്തി അഞ്ച്

ആലീസും ഗിരിജയോടൊപ്പം 'മനീഷിയുടെ' മീറ്റിങ്ങിന് പോയ കാര്യം ഒരു മഹാതെറ്റ് ചെയ്തതു പോലെ കുമുദം എന്നെ കണ്ടപാടെ പറഞ്ഞു.

മനീഷിയുടെ മീറ്റിങ്ങിൽ എന്തായാലും "കാമസൂത്രമാവില്ല" ചർച്ച ചെയ്തിട്ടുണ്ടാവുക?

ഞാൻ ഒരു താല്പര്യവുമില്ലാതെ കുമുദത്തിന്റെ ഏഷണിയോട് പ്രതികരിച്ചു. നസ്രീനും മറിയവും സിത്താരയും സിനിമയ്ക്ക് പോയ കാര്യം കുമുദമറിഞ്ഞിട്ടില്ല. തിയേറ്ററിൽ വെച്ച് മറിയം ഒരുവനെ കൈകാര്യം ചെയ്ത കാര്യവും കുമുദമറിഞ്ഞിട്ടില്ല. അല്ലെങ്കിൽ അവൾ പുതിയ വാർത്തകൾ സൃഷ്ടിച്ചുകൊണ്ടേയിരുന്നേനെ.

സെക്സിൽ താല്പര്യമില്ലാത്തവരോ അതോ സെക്സ് നിഷേധിക്കപ്പെട്ടവരോ ആയിരിക്കുമോ പരദൂഷണ പ്രിയർ? എനിക്കങ്ങനെ തോന്നുന്നു. കഴിഞ്ഞ പന്ത്രണ്ട് വർഷത്തിൽ ആകെ ഇരുപത്തി ഒന്ന് ദിവസം മാത്രമേ കുമുദത്തിന്റെ ഭർത്താവ് അനിയേട്ടൻ നാട്ടിൽ നിന്നിട്ടുള്ളൂ.

ഇരുപത്തി ആറ്

ഒരു വേനല്ക്കാലമത്രയും വെള്ളം കോരിയതാണ് ഗീത ആ ചെമ്പക മരത്തിന്. മൂന്ന് വാഴക്കന്ന് വാങ്ങിയപ്പോൾ ബാക്കി കൊടുക്കാൻ പത്ത് രൂപയില്ലാത്തതുകൊണ്ട് ഏട്ടന് ഫ്ളവർ നഴ്സറിക്കാർ നല്കിയ ചെറിയ ചെമ്പകത്തെ അവൾ തന്നെയാണ് തടമെടുത്ത് അരുമയായി കുഴിച്ചിട്ടത്. സൂര്യപ്രകാശത്തിന്റെ ധാരാളിത്തംകൊണ്ടോ എന്തോ അത് കുതിച്ച് പൊങ്ങി. മുറ്റവും പറമ്പും വീടും വിട്ടു വാസനാഭവ്യമായി പൂവുകൾ വിടർന്നു.

അടുക്കളയുടെ ആഴം കാണാത്ത ആ കിണറിൽ കിടന്ന് ഗീത കറുത്തു. കറുപ്പിൽ വെളുപ്പിന്റ നേർമ്മപോലെ ചില മുടികൾ. കണ്ണാടിയിൽ കണ്ടപ്പോഴെല്ലാം അവൾ കറുത്ത മുടി കൊണ്ടവ മറച്ച് വെച്ചു. എന്നിട്ടും ഒരു വികൃതിക്കുട്ടിയെ പോലെ വെളുത്ത മുടി കറുത്ത മുടിയെ തോല്പിച്ചു കടന്നു വന്നു.

സാരമില്ല സാരമില്ല എന്നവൾ സ്വയം സമാധാനിച്ചു. വാർദ്ധക്യം കടന്നു വരുന്നത് വെളുത്ത മുടിയുമായാണെങ്കിലും അത് സ്വാഗതം ചെയ്യപ്പെടട്ടെ എന്നവൾ ചിന്തിച്ചു.

ഈയിടെ ഏട്ടൻ ഗോദ്റെജ് ഡൈ വാങ്ങിക്കൊണ്ടു വന്ന് പഴയ ബ്രഷ് കൊണ്ട് തലയിൽ പുരട്ടുമ്പോൾ മൂളിപ്പാട്ടു പാടുകയും കണ്ണാടി നോക്കി ഏറെ നേരം നില്ക്കുകയും ചെയ്യുന്നു.

അന്ന് പോകുമ്പോൾ ചെമ്പക മരത്തിൽനിന്ന് തുടുത്ത ആറേഴ് പൂവുകൾ പറിച്ച് മണത്ത് നോക്കി പ്രേമപൂർവ്വം അവ കീശയിലിടുകയും ബൈക്കിൽ കയറി പൃഥ്വിരാജിനെപ്പോലെ ഓടിച്ചു പോവുകയും ചെയ്തു.

അന്ന് ഗീതയുണ്ടാക്കിന അവിയൽ കുഴഞ്ഞ് പോയി. സാമ്പാറിന് പുളി ചേർക്കാൻ മറന്നു പോയി. കുട്ടികളെ വെറുതെ തല്ലി.

രാത്രി ഏട്ടൻ തിരിച്ച് വന്നപ്പോൾ നേരെ കണ്ണാടിയിൽ നോക്കി കുളിമുറിയിൽ കയറി വാതിലടയ്ക്കുകയും മൂളിപ്പാട്ടു പാടുകയും ചെയ്തു.

ഊണു കഴിഞ്ഞ് ഏട്ടൻ പതിവു ഫോൺ വിളികളും കഴിഞ്ഞ് കിടപ്പുമുറിയിലേക്ക് പോയി. പാത്രം മുഴുവൻ കഴുകിവെച്ച് അടുക്കളവാതിൽ പൂട്ടി ഗീത ചെന്നപ്പോൾ മുറിയിൽ കൊതുകു വലയ്ക്കുള്ളിൽ നേർത്ത കൂർക്കം വലി. അവൾ താഴെ കോസടി വിരിച്ച് കിടന്നു.

രാവിലെ അവൾ പതിവിലും നേരത്തെ വസ്ത്രങ്ങൾ കഴുകാനെടുത്തു. ഏട്ടൻ ഇന്നലെയിട്ട ഷർട്ടിന്റെ പോക്കറ്റിലാണ് അവൾ ആദ്യം പരതാൻ തുടങ്ങിയത്.

രണ്ട് സിനിമാടിക്കറ്റ്...?

രണ്ട് ട്രെയിൻ ടിക്കറ്റ്.....?

പാർക്കിലേക്കുള്ള രണ്ട് പ്രവേശന ടിക്കറ്റ്....?

ഇല്ല ഒന്നുമില്ല.

ഇന്നലെ കീശയിൽ പറിച്ചിട്ട ആ ചെമ്പകപ്പൂവുകൾ വാടി കരിഞ്ഞ് അവിടെ തന്നെ കിടപ്പുണ്ട്. അവളതെടുത്ത് മുഖം ചേർത്തു. തന്റെ പ്രണയം പോലെ കറുത്തുപോയെങ്കിലും അവ ഇപ്പോഴും പരിമളം പരത്തുന്നുണ്ടായിരുന്നു.

അവൾ കിടപ്പുമുറിയിലെ കട്ടിലിലിരുന്നു. ഏട്ടൻ കണ്ണ് തുറന്നു നോക്കി പുഞ്ചിരിച്ചു.

"സോറി.... ഇന്നലെ ഞാൻ നേരത്തെ ഉറങ്ങി. ഓഫീസിൽ നല്ല തിരക്കായിരുന്നു."

അവളെ വലിച്ചടുപ്പിച്ച് മൂർദ്ധാവിൽ ചുംബിച്ചു.

അവളുടെ കണ്ണുനീർത്തുള്ളികൾ ഏട്ടന്റെ കവിളിൽ വീണുടഞ്ഞു.

“മണ്ടിപ്പെണ്ണേ..... കരയുന്നതെന്തിന്....?”

ഒരു പ്രേംനസീർ രീതിയിൽ ചോദിച്ചാലും മതിയാവും ചിലപ്പോൾ.......

“നമുക്കിന്ന് വൈകുന്നേരം ഒരു സിനിമയ്ക്ക് പോകണം. ശ്യാമപ്രസാദിന്റെ *ഒരേ കടലിന്*. നിനക്കിഷ്ടമാവും.”

ഇരുപത്തി ഏഴ്

ഞാനും സിത്താരയുമാണ് മേദിനിയോടൊപ്പം പോയത്. മേദിനിക്ക് ഞങ്ങൾ ചെല്ലുന്നതിൽ യാതൊരു താല്പര്യവുമില്ലായിരുന്നു. ജീൻസും ബനിയനുമിട്ട് മുടി ബോബ്ചെയ്ത് എല്ലാവരോടും ഒരു പ്രതിഷേധവുമായി നിന്ന മേദിനിയുടെ ഇടതും വലതുമായി ഞങ്ങളിരുന്നു.

മെഡിക്കൽ കോളേജിലെ ജനറൽ ലാബിന് മുൻപിൽ കസേരകൾ വൃത്തിയായി ഇട്ടിരിക്കുന്നു. മേദിനി ടെസ്റ്റിന് വേണ്ടി അകത്തേക്കു പോയി.

സിത്താര എന്നോട് ശബ്ദം താഴ്ത്തി പറഞ്ഞു. “ഇവളിപ്പോൾ ലൈംഗിക തൊഴിലാളികളെ സംഘടിപ്പിക്കുകയും അവർക്ക് മുദ്രാവാക്യം എഴുതി കൊടുക്കുകയും ചെയ്ത് മുഴുവൻ സമയവും തെരുവിലാണ്. പിന്നെ മദ്യപാനവുമുണ്ട്. വല്ലാത്ത അരാജകത്വം.”

യാതൊരു ചാഞ്ചല്യവുമില്ലാതെയാണ് മേദിനി പുറത്തേക്ക് വന്നത്. പക്ഷേ, നല്ല ക്ഷീണമുണ്ടായിരുന്നു. അസ്ഥിപഞ്ജരം മാത്രമായി തീർന്ന ആ വിരലുകളിലും കൈകളിലും ഞരമ്പുകൾ എഴുന്നു നില്ക്കുന്നു.

“മേദിനീ....” ഞാനവളെ പതുക്കെ പിടിച്ചു. എൻ എസ് എസ് കോളേജിന്റെ പ്രീഡിഗ്രി കാലത്തെ ചുവന്ന ബഞ്ചുകളിൽ ഏറ്റവും പിറകിലായി നമ്മളഞ്ചുപേർ.

ഞാനും സിത്താരയും നസ്രീനും മേദിനിയും മറിയവും. തൊട്ടു മുൻപിലെ ബെഞ്ചിൽ ആലീസും ഗിരിജയും. പിന്നെ പേര് ഓർമ്മയില്ലാത്ത ആ മൂന്ന് പേരും. അവരുടെ പേര്?

ഞങ്ങളിൽ ആർക്കും എന്നെ ഓർമ്മയില്ലാത്തത് എന്തുകൊണ്ടാണ്? കോളേജിന്റെ കുന്നിറങ്ങുമ്പോൾ ആൺകുട്ടികൾ നമ്മുടെ പിന്നാലെ വന്നിരുന്നു. അന്നും അവരാരും നിന്നെ നോക്കിയിട്ടില്ല. നിനക്കൊരിക്കലും ഒരു പ്രേമലേഖനവും കിട്ടിയില്ല. നിന്നെ ഒരിക്കെ സെക്കന്റ് ബി എസ് എസി സുവോളജിയിലെ ഒരുവൻ നപുംസകം എന്ന് വിളിച്ചിരുന്നു. അന്ന് മറിയം ലാബിൽ ചെന്ന് നിനക്കുവേണ്ടി അവന്റെ കരണം പൊട്ടിക്കുകയും നിന്റെ പാവാടയഴിച്ച് നിന്നിലെ പെൺകുട്ടിയെ അവന് കാണിച്ച്

കൊടുക്കെടീ എന്ന് അലറി വിളിക്കുകയും ചെയ്തിരുന്നു.

ഇന്നിപ്പോൾ നീയൊരു പെണ്ണാണെന്ന് നീ തെളിയിച്ചിരിക്കുന്നു. രക്തത്തിലൂടെയല്ല ലൈംഗികബന്ധത്തിലൂടെ തന്നെയാണെന്ന് ആ ഡോക്ടർ വ്യക്തമായി പറഞ്ഞിരിക്കുന്നു. അതയാൾക്ക് എങ്ങനെ മനസ്സിലായി ആവോ?

ഡിസംബർ ഒന്നു മുതൽ ഞാനിത്തരം രോഗികളെ കണ്ടെത്തി സംഘടിപ്പിക്കുകയും അവർക്ക് ബോധവല്ക്കരണ ക്ലാസുകൾ എടുക്കുകയും ചെയ്യുമെന്ന് മേദിനി എന്നോട് പറഞ്ഞു. അവൾ എച്ച് ഐ വി പോസിറ്റീവ് ആയി മാറിയത് തന്നെ ഇത്തരമൊരു തീരുമാനത്തിന്റെ ഭാഗമായിരുന്നുവോ? തന്റെ ജീവിതംതന്നെയാണോ തന്റെ സന്ദേശം?

എനിക്കെന്റെ മേദിനിയെ മനസ്സിലായതേ ഇല്ല. തെരുവിൽ എയ്ഡ്സ് രോഗികളെ പുനരധിവസിപ്പിക്കുന്ന ഒരിടത്ത് മൈക്കിൽ താനൊരു എയ്ഡ്സ് രോഗിയാണെന്ന് വിളിച്ച് പറഞ്ഞ് ധൈര്യം സംഭരിക്കു....... എന്ന് ഉത്തേജനം കൊടുത്ത് അവൾ വിറയാർന്ന് നടന്നുപോകുന്നത് എനിക്ക് പലപ്പോഴും കാണേണ്ടി വന്നിട്ടുണ്ട്.

ഇരുപത്തി എട്ട്

കരയേണ്ടതെങ്ങനെയെന്ന് ഒരു പെണ്ണിനെയും ആരും പഠിപ്പിക്കേണ്ടതില്ല. ചിരിക്കാൻ ചിലപ്പോഴൊക്കെ അവൾ മറന്നു പോവുമെങ്കിലും.

എന്റെ കൂടെ മൂന്ന് ബി ക്ലാസിൽ ഉമ്മുകുൽസുമുണ്ടായിരുന്നു. സ്ലേറ്റിൽ അവളും ചിത്രങ്ങൾ വരച്ചു. കണക്കും മലയാളവും ഗൃഹപാഠവും ചെയ്യാതെ വന്നു. ചെവിയിൽനിന്ന് ഒലിപ്പിച്ച് എല്ലാവരുടെയും അനിഷ്ടവും സമ്പാദിച്ചു. അവൾക്ക് ഉമ്മയില്ലെന്നും അവളുടെ ഉമ്മ നേരത്തെ മരിച്ചുപോയെന്നും അവളെന്നോട് കണ്ണിൽ വെള്ളം നിർത്തി അക്കാലത്ത് പറഞ്ഞിരുന്നു.

പത്ത് സിയിലും ഞാനും ഉമ്മുകുൽസുവും സഹപാഠികളായിരുന്നു. അന്ന് അവളുടെ പാവാട കെട്ടുന്ന ഭാഗത്ത് എന്തോ ഒരു മുഴുപ്പ് കണ്ടപ്പോൾ

ലൈലമോൾ സി പി പറഞ്ഞു “അത് ഓള് തോനെ കഞ്ഞോളം കുടിച്ചിട്ടാണെന്ന്”

പത്തിലെ കൊല്ലപ്പരീക്ഷയ്ക്ക് ഉമ്മുകുൽസു വന്നില്ല. പാറപ്പുറത്ത് കൂടെ കയറി തെങ്ങിൻ തോപ്പിലൂടെ കുറെ നടന്നാല് പുഴവക്കത്തായിട്ടാണ് ഉമ്മുകുൽസുമിന്റെ ചെറിയ വീടുണ്ടായിരുന്നത്. അടുത്തെവിടെയും ഒരു വീട് പോലുമില്ലാത്തത് എന്നെ ഭയപ്പെടുത്തി.

ഞാൻ ചെല്ലുമ്പോൾ ഉമ്മുകുൽസു ഉമ്മറത്ത് കാൽ നീട്ടിയിരുന്ന് കുഞ്ഞിന് മുല കൊടുക്കുകയായിരുന്നു. ഉമ്മുകുൽസുവിന്റെ കല്യാണം

കഴിഞ്ഞത് ഞാനറിഞ്ഞിരുന്നില്ല. മടിയിൽ ഒരു ചെറിയ പെൺ കുഞ്ഞ്.

അവളെന്നോട് ഇരിക്കാൻ പറയുകയോ മിണ്ടുകയോ ചെയ്തില്ല. കാലിന്റെ പെരുവിരൽ വെറുതെ അനക്കുകമാത്രം ചെയ്തു. എന്നിട്ടവൾ പതുക്കെ അവളോട് തന്നെ പറഞ്ഞുകൊണ്ടിരുന്നു.

"ന്റെ കുട്ടീനെ സ്കൂളീ ചേർത്തുമ്പം ബാപ്പാന്റെ പേര് ചേർക്ക്ണ കോളത്തില് 'അയ്നും' ന്റെ ബാപ്പാന്റെ പേരെന്നെ ചേർക്കണം."

ഉമ്മുകുൽസു പതനപുരത്ത്
പിതാവ് ആലി പതനപുരത്ത്
മാതാവ് പാത്തീകുട്ടീ പതനപുരത്ത്
റുക്സാന പതനപുരത്ത്
പിതാവ് ആലി പതനപുരത്ത്
മാതാവ് ഉമ്മുകുൽസു പതനപുരത്ത്

ഏതെങ്കിലും ഒരു സ്കൂൾ രജിസ്റ്ററിൽ നാണമില്ലാതെ ആ പേരുകൾ മലർന്ന് കിടക്കുന്ന കെട്ട കാലത്തെ ഓർത്ത് ഞാൻ ഉമ്മുകുൽസുവിന്റെ വീട്ടിൽനിന്നും തിരിച്ചു പോന്നു. തെങ്ങിൻ തോപ്പിലൂടെ പാറപ്പുറത്തൂടെ തിളങ്ങുന്ന വെയിലിൽ ഞാൻ ഒറ്റയ്ക്കായി. അപ്പോൾ ഉമ്മുകുൽസുവിന്റെ പിതാവ് പതനപുരത്ത് ആലി എന്നെ തുറിച്ച് നോക്കികൊണ്ട് നടന്നു വരുന്നു.

ഉറക്കെ എന്നോടായി അല്ലാതെ അയാൾ പറഞ്ഞു.

"ഞമ്മളേയ് ഒരു "കുയ്തൈ" വെച്ചാല് ആരാ ആദ്യം കരിക്ക് വെട്ടി കുടിക്കണെത്. നമ്മളെന്നെയ്...."

ഉമ്മുകുൽസുവായിരിക്കാം 'കുയ്തൈയ്യിൽ' വിരിഞ്ഞ ആദ്യത്തെ കരിക്ക്. അത് വെട്ടിക്കുടിച്ചത് ആലി എന്ന സ്വന്തം പിതാവും.

ഹമ്ക്ക്.

ഇരുപത്തി ഒൻപത്

ലൈല ഇന്നും ലീവാണ്. അവളുടെ ഒരേയൊരു ജ്യേഷ്ഠന് ശ്വാസകോശ അർബ്ബുദത്തിന് ചികിത്സ തേടി ജനറൽ ആശുപത്രിയിലേക്ക് അവളും ഉമ്മയും പോയിരിക്കുന്നു. ആയകാലത്ത് മൂക്കറ്റം കുടിച്ച് വന്ന് അവളുടെ പുസ്തകങ്ങൾ മഴയത്തേക്ക് വലിച്ചെറിഞ്ഞ ആ ആങ്ങള ഒരിക്കൽ അവൾ ഉറങ്ങി കിടക്കെ തലയിലേക്ക് മണ്ണെണ്ണ ഒഴിച്ച് അവളെ കൊല്ലാൻ നോക്കുകവരെ ചെയ്തിരുന്നു.

വീടാണ് മഹാനരകമെന്ന് അവൾ എന്നോട് എപ്പോഴും പറയാറുമുണ്ടായിരുന്നു. എന്നിട്ടും ആ സഹോദരന് വയ്യാതായപ്പോൾ അവളെന്തി

* കുയ്തൈ = തെങ്ങിൻ തൈ

നാണ് സഹായിക്കുന്നത് എന്റെ ചോദ്യത്തെ അവഗണിച്ച് കൊണ്ടവൾ പറഞ്ഞുതുടങ്ങി.

“ഞാനും സമീറും തമ്മിലുള്ള ബന്ധം നിനക്കറിയില്ലേ. പരസ്പരം സംശയവും കുറ്റപ്പെടുത്തലും വെറുപ്പും മാത്രമായിരുന്ന ഇന്നലെകളിൽ നിന്നും പലപ്പോഴും വിവാഹമോചനമെന്ന കാര്യംവരെ ഞാൻ ആലോചിച്ചിട്ടുണ്ട്. പക്ഷേ, വിവാഹമോചിതയായി എനിക്ക് കയറിച്ചെല്ലാനുള്ളത് എന്റെ വീട്ടിലേക്കാണല്ലോ എന്നോർത്തായിരുന്നു ഞാൻ എല്ലാം സഹിച്ച് അവിടെ നിന്നിരുന്നത്.

പക്ഷേ, കാലമെന്ന ആ മഹാമാന്ത്രികനുണ്ടല്ലോ അയാൾ തന്ന അനുഭവത്തിന്റെ കരുത്ത് ഞങ്ങളുടെ അകല്ച്ചയെ അടുപ്പമാക്കി മാറ്റി. ഇന്ന് ഞാൻ അനുഭവിക്കുന്ന ഈ ദാമ്പത്യസുഖത്തിന്റെ കാരണക്കാരൻ എന്റെ ജ്യേഷ്ഠനാണ്. അതുകൊണ്ടാ ഞാൻ ഈ ഹോസ്പിറ്റലിലൊക്കെ കയറി ഇറങ്ങുന്നത്. അല്ലെങ്കിൽ ഞാൻ മൂപ്പരോട് പോയി പണി നോക്കാൻ പറയേർന്നു.”

അത്ഭുതമാവുന്നെനിക്ക്. എത്ര സങ്കീർണ്ണമാണ് മനുഷ്യമനസ്സ്.

മുപ്പത്

കറുത്ത കാലം തേഞ്ഞു തീരുകയാണ്.

ഇനി വരാനുള്ളത് ആ വെളുത്ത കാലമൊന്നുമല്ല. ദേവുവിനറിയാം കാര്യങ്ങൾ.

പാത്രം കഴുകിയും തുണി അലക്കിയും നടുവ് തളർന്നു. അടുക്കളയിലെ ഏറെ നേരത്തെ ആ നില്പുണ്ടല്ലോ. അത് അവൾക്ക് മുട്ടു വേദന സമ്മാനിച്ചു. എന്നിട്ടും അയാൾ പറയുന്നു. അവൾ ഒരു ശവമാണെന്ന്.

പെൺമക്കൾ മൂന്നും വളർന്നു വലുതാവുന്നു. അവരുടെ ശ്വാസോച്ഛ്വാസം അടുത്ത മുറിയിൽ കേൾക്കാം. ഇപ്പുറത്ത് പൊളിഞ്ഞ് വീഴാറായ ഒരു കട്ടിലിന്റെ ദുർബ്ബലമായ കാലുകൾ....

ശവം. കാർക്കിച്ചു തുപ്പൽ. കാർക്കശ്യസ്വരം. ഭൂമി കിലുങ്ങുമാറ് നടന്ന് പോകുന്ന ശബ്ദം.

മുതുകെല്ല് വളഞ്ഞിരിക്കുന്നു. കണ്ണുകൾ കുഴിഞ്ഞിരിക്കുന്നു. വെണ്ണീറിന്റെ പൊടിയിൽ, കുഴിയിലാണ്ട കണ്ണിൽ, വിണ്ട കാല്പാദങ്ങളിൽ, മൊരി പൊന്തിയ കൈവിരലുകളിൽ, വെളിനിറഞ്ഞ കാൽനഖങ്ങളിൽ, കനം കുറഞ്ഞ മാറിൽ, തേമ്പിയ ചന്തിയിൽ, കറുത്ത പോയ പല്ലുകളിൽ.... ദേവു.

എല്ലാം ചേർന്നരച്ച ഒരു ചമ്മന്തി പോലെ..... സ്ത്രീധനത്തുകയുടെ

നോട്ടുകൾ എന്നേ തീർന്നു പോയില്ലേ: സ്വർണ്ണപ്പണ്ടങ്ങൾ പണയമായും ലേലമായും മറ്റാരുടെയോ കഴുത്തിലും കൈയിലും മിന്നി മറയുന്നു. ദേവുവിനിപ്പോൾ ഒന്നുമില്ല. ആരുമില്ല. മൂന്ന് പെൺമക്കൾ. ദേവുവിന്റെ വൈരൂപ്യം മാത്രം കിട്ടിയവർ. ആരും ഒരിക്കലും പെണ്ണ് കാണാൻ വരാത്തവർ. ഈ ഭൂപടത്തിലെവിടെയും ദേവുവിനും മക്കൾക്കും ഇടമുണ്ടാവുകയില്ലേ? തന്മാത്രയോളം പോന്ന ഒരിടം?

ദേവു.... കുടുംബശ്രീയുണ്ട്.... തൊഴിലുറപ്പുണ്ട്. വ്യഭിചരിക്കാതെയും മോഷ്ടിക്കാതെയും അന്തസ്സായി ജീവിച്ച് നീയും മക്കളും അയാൾക്ക് കാണിച്ച് കൊടുക്കണം. കാലത്തിന്റെ മഹാപ്രവാഹത്തിൽ ഒഴുകി തീർന്നുപോകേണ്ടവരാണ് വൈരൂപ്യമുള്ള നിന്റെ പെൺമക്കളും ഐശ്വര്യറായിയും ഞാനും നീയും എല്ലാം. മരിച്ചു കഴിഞ്ഞാൽ ഒരസ്ഥികൂടം. നീ ബയോളജി ക്ലാസിൽ കണ്ടിട്ടില്ലേ?

ചിരിയോ ചിന്തയോ ഇല്ലാതെ നമ്മുടെ സ്കൂളിലെ സയൻസ് ലാബിൽ തൂങ്ങി ആടിയിരുന്ന ഒരു രൂപത്തെ? അതായിത്തീരേണ്ടവരാണ് നമ്മൾ. പുല്ലിനും പുൽചാടിക്കും ആഹാരമായിത്തീരേണ്ടവർ. പാവം മനുഷ്യർ നമ്മുടെ വയറ്റിലൊക്കെ നാലോ അഞ്ചോ കിലോ മലമുണ്ടത്രെ! മലം. മലവും പേറി നടക്കുന്ന മൃഗം.

ദേവു ചിരിച്ചു.

അവളുടെ കുഴിഞ്ഞ കണ്ണിൽനിന്നും അശ്രു പൊടിഞ്ഞു. ഞാനവളെ കെട്ടിപ്പിടിച്ചു. ഞങ്ങൾ പഴയ സ്കൂൾ ചങ്ങാതിമരായി പൊട്ടിച്ചിരിച്ചു.

മുപ്പത്തി ഒന്ന്

അമ്മ മരിച്ചുപോയി എന്ന യാഥാർത്ഥ്യം ഉൾക്കൊള്ളാൻ കാവ്യ കുറെക്കാലമെടുത്തു. ഒരു കുട്ടി മതി എന്ന് അന്ന് ആദ്യം തീരുമാനിച്ചത് ആരാവും? അമ്മയോ അച്ഛനോ? ഒരു സഹോദരനോ സഹോദരിയോ ഉണ്ടായിരുന്നെങ്കിൽ....

അമ്മയുടെ മലവും മൂത്രവും കോരിയെടുക്കുന്ന അച്ഛനോട് ഒരിക്കെ ഷൈലജ അമ്മായി ചോദിച്ചിരുന്നു ഒരു ഹോം നഴ്സിനെ വെച്ചുകൂടേന്ന്. അതിന് അച്ഛന്റെ ഓമനത്തമുള്ള മുഖം പറഞ്ഞ മറുപടി ഞാനാണ് രോഗിയെങ്കിൽ അവളല്ലേ ഇതെല്ലാം ചെയ്യുക? ഇപ്പോൾ അവളാണ് രോഗി എന്ന് മാത്രം.

അച്ഛൻ തന്റേതു മാത്രമാണെന്ന് കാവ്യ കരുതി.

അച്ഛന് ഇഷ്ടമുള്ള കറികൾ മാത്രം വെച്ചു. ഇഷ്ടമുള്ള വിരിപ്പുകൾ മാത്രം വിരിച്ചു. വീട് എപ്പോഴും വൃത്തിയായി മാത്രം സൂക്ഷിച്ചു. എന്നിട്ടും അച്ഛൻ പതുക്കെ ദേഷ്യപ്പെടാൻ തുടങ്ങി.

നാളെ അച്ഛന്റെ പിറകിൽ അവർ വന്നു കയറും. ചടങ്ങ് അതീവ ലളിതമാണെന്ന് അച്ഛൻ ആരോടോ ഫോണിൽ പറയുന്നത് കേട്ടിരുന്നു. ചടങ്ങിന്റെ ലാളിത്യമല്ലല്ലോ പ്രശ്നം. ചടങ്ങ് തന്നെയല്ലേ.

അച്ഛന്റെ മുറിയിൽ പ്രകാശമില്ല. ഇത്ര പെട്ടെന്ന് അച്ഛൻ അമ്മയെ മറന്നു കഴിഞ്ഞോ? അമ്മയുടെ സാരി ഇസ്തിരി ഇട്ടു കൊടുക്കുമായിരുന്നു അച്ഛൻ. അമ്മക്കെത്ര സാരിയുണ്ടെന്ന്, അമ്മക്കെത്ര മാക്സിയുണ്ടെന്ന് അമ്മയ്ക്ക് ഇഷ്ടപ്പെട്ട സോപ്പ് ഏതെന്നും പൗഡറേതെന്നും അച്ഛനറിയാമായിരുന്നു. അമ്മയുടെ ചെരുപ്പിന്റെയും ബ്രേസിയേഴ്സിന്റെയും അളവുകൾ. അമ്മയ്ക്കിഷ്ടമുള്ള പച്ചക്കറികൾ പോലും..... എന്നിട്ടും..... ഇത്ര പെട്ടെന്ന് ശവക്കല്ലറയിലെ മണ്ണ് ഉണങ്ങും മുൻപ്..... അവിടെ നട്ട ചെടി കിളിർക്കും മുൻപ്.....

എത്ര പെട്ടെന്നാണ് എല്ലാവർക്കും എല്ലാം മറക്കാൻ കഴിയുന്നത്? ഉണ്ടും ഉറങ്ങിയും ഇണ ചേർന്നും വിസർജ്ജിച്ചും....

അതാണോ.... അത് മാത്രമാണോ ജീവിതം?

ശ്രീ ബുദ്ധനും

മഹാത്മജിയും

നാരായണഗുരുവും ജീവിച്ചത് ജീവിതമല്ലേ?

സരോജിനിനായിഡുവും

കസ്തൂർബയും

മദർ തെരേസയും ജീവിച്ചത് ജീവിതമായിരുന്നില്ലേ? അവരൊന്നും മിടുക്കൻമാരും മിടുക്കിമാരും ആയിരുന്നില്ലേ? ഭാര്യമാരുടെ മരണ വേളയിൽത്തന്നെ മറ്റൊരു ഭാര്യയെ ഓർത്ത് നിഗൂഢമായി മന്ദഹസിക്കുന്ന ഭർത്താക്കന്മാരോട് കാവ്യക്ക് വെറുപ്പ്, വെറുപ്പ് മാത്രമാണെന്ന് അവൾ കൗൺസലിങ് നടത്തിയ മധുജൻ സാറിനോട് പറഞ്ഞു, പലതവണ ആവർത്തിച്ചാവർത്തിച്ച്. കൗൺസലിങ്ങിൽ പുരോഗതിയില്ലെന്നും കാവ്യയെ മാനസികാരോഗ്യ കേന്ദ്രത്തിലേക്ക് കിടത്തി ചികിത്സയ്ക്ക് കൊണ്ടു പോവുകയാണ് നല്ലതെന്നും മധുജൻ സാർ കാവ്യയുടെ അച്ഛനോട് പറഞ്ഞു.

മുപ്പത്തി രണ്ട്

നല്ല മഴയിലൂടെയാണ് അയാൾ ബസിലേക്ക് കയറി വന്നത്. മൂന്ന് പേർക്കിരിക്കാവുന്ന സീറ്റിൽ ഷട്ടറിനടുത്താണ് അരുന്ധതി ഇരുന്നിരുന്നത്. മഴ കാണുമ്പോഴെല്ലാം അവൾക്ക് മൂളിപ്പാട്ടുവരും. കവിത വരും. കഥയും കാര്യവും തോന്നും.

വളരെ പരിചിത ഭാവത്തിൽ ടീച്ചറിപ്പോഴും അതോ സ്കൂളിലാണോ എന്ന് ചോദിച്ചയാൾ ആ സീറ്റിന്റെ അറ്റത്ത് ഒതുങ്ങിയിരുന്നു. അയാളുടെ

നെറ്റിയും ചുരുളൻ മുടിയും മാത്രമേ അരുന്ധതി കണ്ടുള്ളൂ. കനത്ത് പെയ്യുന്ന മഴയിൽ ബസിന്റെ മുൻ ചില്ലിൽ വൈപ്പർ സ്വയം വെള്ളം പിടിച്ചു കളയുന്നത് മറ്റൊന്നും നോക്കാനില്ലാത്തതുകൊണ്ട് അരുന്ധതി നോക്കിയിരുന്നു.

"ടീച്ചറുടെ ഹസ്ബന്റിപ്പോൾ...?"

പരിചിതഭാവമുള്ള ആ അപരിചിതൻ പതുക്കെ ഒന്നു തോണ്ടുമ്പോലെ ചോദിച്ചു. കഥാപാത്രങ്ങളെ തേടിക്കൊണ്ടിരുന്ന അവളിലെ കഥാകാരി അയാളെ കളിയാക്കാൻ വേണ്ടി വെറുതെ പറഞ്ഞു.

"ഹസ്ബന്റിപ്പോൾ ജയിലിലാണ്. ഒരാളെ കൊന്നതിന്.... ജാമ്യമോ പരോളോ കിട്ടിയിട്ടില്ല."

അയാൾ ഞെട്ടുന്നതുപോലെ തോന്നിയോ?

പിന്നീട് അയാളൊന്നും മിണ്ടുകയോ അവളൊന്നും പറയുകയോ ചെയ്തില്ല. തിരിച്ച് കിട്ടിയ ഏകാന്തതയുടെ പുതപ്പിനെ ഒന്ന് വലിച്ചിട്ട് അവൾ അലസം തോരാമഴയിൽ, അടച്ചുപൂട്ടിയ ബസിൽ കണ്ടക്ടർ സ്റ്റോപ്പുകൾ വിളിച്ച് പറഞ്ഞുകൊണ്ടിരുന്നു.

മഴയിൽ വല്ലാത്തൊരു ശബ്ദത്തിൽ ബസ് നില്ക്കുകയും പൊലീസ് ബസിലേക്ക് ഇരച്ച് കയറി വരികയും അയാളെ പിടിച്ച് വലിക്കുകയും ചെയ്തു. അയാളുടെ കുപ്പായത്തിൽ രക്തബിന്ദുക്കൾ. കാതിൽ ഒരു മൂളിച്ചയായിരുന്നു. എന്താണ് സംഭവിക്കുന്നതെന്ന് അരുന്ധതിക്ക് മനസ്സിലായില്ല.

അയാൾ കുതറി ഓടുന്നതും പൊലീസ് പിറകെ ഓടുന്നതും മാത്രമേ അരുന്ധതി കണ്ടുള്ളൂ.

അവളാണ്.

അവളാണ് അവനുമായി കൊഞ്ചി കുഴഞ്ഞത്.

അവളവന്റെ കീപ്പറാവും.

അവളും അവനും ഒരേ സീറ്റിൽ....

ഇതെന്താ പൂനെയാണോ..... ഡൽഹിയാണോ....

ഛെ........ ഛെ........... ഛെ.

പൊലീസുകാരന്റെ ഭാഷയും മ്ലേച്ഛമായിരുന്നു.

പൊലീസ് സ്റ്റേഷന്റെ വരാന്തയിൽ മഴയിൽ കുതിർന്നവൾ ഒരു കൽപ്രതിമ പോലെ നിന്നു.

അവളുടെ നിരപരാധിത്വം അവിശ്വസനീയം എന്ന് പറയപ്പെട്ടു. ഒരു കൊലപാതകിയോടൊപ്പം.... അതും ഒരു രാഷ്ട്രീയ കൊലപാതകിയോടൊപ്പം......

ഏതു തട്ടിപ്പുകേസുകളിൽ അവൾ പ്രതി ചേർക്കപ്പെടും. എത്ര പീഡനക്കേസുകളിൽ.... ലൈംഗികാപവാദം.....

പാപം ചെയ്യാത്തവർ കല്ലെറിയൂ എന്ന് പറഞ്ഞവനെയും മരക്കുരി

ശിൽ സമാധി ചേർത്തിരുന്നു.

ആയിരം കുറ്റവാളി രക്ഷപ്പെട്ടാലും

ഒരു നിരപരാധിയും ശിക്ഷിക്കപ്പെടരുത്.

എന്ന ആപ്തവാക്യം ഏത് കോടതിമതിലിലാണ് ആലേഖനം ചെയ്യപ്പെട്ടത്? ആരാണ് അത് ഉറക്കെ വായിക്കുന്നത്? ആരുടെ കാതുകളാണ് അത് കാതോർക്കുന്നത്. എത്ര നിരപരാധികൾ എത്ര ജയിലുകളിൽ.... അപരാധികൾ കുടിച്ചും മദിച്ചും ഇണ ചേർന്നും.....

മുപ്പത്തി മൂന്ന്

നവ വധുവായ നാളുകളിൽ തന്നെ രവിശങ്കർ പാർവ്വതിയെ നിർബ്ബന്ധിച്ചതാണ്. ആദ്യമാദ്യം അവൾ വിസമ്മതിച്ചുവെങ്കിലും പാർട്ടിയിൽ ഉയർന്നു പോകാമെന്നും രവിശങ്കറിന് ഒരു മന്ത്രി വരെ ആകാമെന്നും ഉറപ്പായപ്പോൾ മാത്രമാണ് അവളന്ന് രവിശങ്കറിന്റെ കൂടെ ഹോട്ടൽ അപർണ്ണനിലെത്തിയത്.

നഗരത്തിന്റെ മദ്ധ്യഭാഗത്തുള്ള കിളിവാതിലുകളുള്ള ആ ഹോട്ടലിന്റെ ഇരുന്നൂറ്റിപ്പത്താമത്തെ മുറിയിൽ വെളുത്ത വിരിപ്പിൽ, മൊട്ടത്തലയിലെ മിനുസത്തിന് താഴെ ഒരു മാംസക്കെട്ട്. നഗ്നസുന്ദരിമാരുടെ മാസിക അതിന്റെ കറ്റാർവാഴപ്പോള പോലെ മൃദുലമായ പേജുകൾ ദാഹത്തോടെ മറിച്ച് നോക്കവെ വാതിലിൽ പാദസ്പർശം.

രവിശങ്കർ വാതിൽ ചാരി പുറത്തിറങ്ങി. പാർവ്വതി വൃത്തികേടുകളേറ്റുവാങ്ങി.

എത്ര ഹോട്ടൽ മുറികൾ. പതിവുകൾ. അലങ്കാരമില്ലാത്ത പകലുകൾ. അലങ്കരിച്ച രാത്രികൾ. ഗ്രൂപ്പ് വഴക്ക്. ചർച്ച. പരാജയങ്ങൾ.

രവിശങ്കറിനെ ശനി അപഹരിച്ചു.

രവിശങ്കറിന്റെ മാർബിൾ മുറ്റത്ത് വെളുത്ത കൊടി വെച്ച കാറുകൾ വഴി മറന്നു. കറുത്ത അംബാസിഡർ കാറുകൾ ആഡംബരത്തോടെ പാർവ്വതിയെ ചുമന്ന് പാഞ്ഞു.

ഡയാലിസിസുകൾക്ക് വിധേയനായി ഹോംനഴ്സിന്റെ പരുക്കൻ കൈ കൊണ്ട് പാവയ്ക്ക നീര് കുടിക്കുമ്പോൾ ജീവിത നാടകത്തിലെ കോമാളി വേഷം ഓർക്കാതിരിക്കാൻ രവിശങ്കർ ബുദ്ധിമുട്ടി. ഒരു വേട്ടക്കാരൻ ഇരയെ എന്നപോലെ ഭൂതകാലം രവിശങ്കറെ പൊതിഞ്ഞു. അയാൾക്ക് അപ്പോഴെല്ലാം ഓക്കാനം വന്നു.

പാർവ്വതീ... എന്നയാൾ കരഞ്ഞു. പക്ഷേ, വിളിപ്പുറത്ത് പാർവ്വതി ഒരിക്കലും ഉണ്ടാവാറില്ല. ശീതീകരിച്ച മുറിയിലും ചിരിയിലും ഞരക്കത്തിലും അവൾ സ്വയം നഷ്ടപ്പെട്ടു. രവിശങ്കറിന്റെ മലമൂത്രമണമുള്ള

കിടപ്പുമുറിയിലേക്ക് അവൾ അവളുടെ നിഴലിനെപ്പോലും പറഞ്ഞയക്കാതെ നോക്കി.

ഹോം നഴ്സിന് പണമെണ്ണി കൊടുക്കുമ്പോൾ അവൾ മനസ്സ് നൊന്ത് പ്രാകി.

"ശവം. ഒന്ന് ചത്തു കിട്ടിയെങ്കിൽ."

സ്വാതന്ത്ര്യത്തിന്റെ മധുരഗാനം അവൾ കേട്ടു. ഈ വീട് വിറ്റ് മഹാനഗരത്തിലെ ഫ്ളാറ്റിലേക്ക് മാറാമെന്നവൾ വ്യാമോഹിച്ചു. അവളുടെ വ്യാമോഹങ്ങൾക്കുമേൽ രവിശങ്കറിന്റെ വൃത്തികെട്ട കരച്ചിൽ അവൾ കേട്ടു.

ഒരു തവണയല്ല. പലതവണ. അതിന്റെ ദൈന്യം അവളിൽ പകയുടെ അഗ്നി ജ്വലിപ്പിച്ചു. ഒരു പ്രതികാരത്തിന്റെ സുഖം. അവൾ വേലക്കാരിയെക്കൊണ്ട് പുതിയ പാലക്കാ നെക്ലേസിന്റെ കൊളുത്ത് കണ്ണാടിയിൽ നോക്കി ഇടീച്ചു. ചന്ദന നിറമുള്ള സിൽക്ക് സാരിയിൽ പച്ച നിറമുള്ള പത്ത് പാലക്കാ മാറിൽ അന്തസ്സായി ചാഞ്ഞ് കിടക്കുന്നു. ഇന്നത്തെ അതിഥി കേന്ദ്രത്തിൽനിന്നുതന്നെയാണ്.

മുപ്പത്തി നാല്

മറിയമാണ് എന്നെ ഫോണിൽ വിളിച്ച് പറഞ്ഞത്. ഞാനും സിത്താരയും നസ്രീനും ഗിരിജയും ആലീസും. ഞങ്ങളൊന്നും സംസാരിച്ചില്ല. മറിയം കാറോടിക്കുകയും അശോകാപാക്ക് ചവയ്ക്കുകയും ചെയ്തു. അന്നാദ്യമായി മറിയം കരയുന്നത് ഞാൻ കണ്ടു.

മൗനം മരണമാകുന്നു.

മരണം മൗനവും.

ആരെങ്കിലും ഒന്ന് തുടങ്ങിയെങ്കിൽ. അല്ലെങ്കിൽ ഒന്ന് പൊട്ടിക്കരഞ്ഞെങ്കിൽ. അതിന്റെ അനുഭാവക്കരച്ചിൽപോലെ എനിക്കും കരയാമായിരുന്നു.

എന്റെ സുരയ്യാത്തയെ പോലെ എന്റെ മേദിനിയും. ജീവിതംകൊണ്ട് വ്യത്യസ്തമായ അവൾ മരണംകൊണ്ടും വ്യത്യസ്തയായിരിക്കുന്നു. 12.12.12 രണ്ടായിരത്തി പന്ത്രണ്ട് ഡിസംബർ പന്ത്രണ്ടിന് സ്വന്തം വീട്ടിൽ വെച്ച് സധൈര്യം അവളും ജീവിതത്തെ ഒരു കുരുക്കിലിട്ടു.

"വേദന സഹിക്കാഞ്ഞിട്ടാണ്." ലളിതമായിരുന്നു ആത്മഹത്യാകുറിപ്പ്.

ഞങ്ങൾ ചെല്ലുമ്പോൾ വിശാലമായ ഇല്ലത്തിന്റെ മുറ്റം കാടും പടലും അന്ന് വെട്ടിത്തെളിച്ച് മുടിയും താടിയും വെട്ടിയ ഭ്രാന്തനെപ്പോലെ വൃത്തിയില്ലാതെ കിടപ്പുണ്ടായിരുന്നു.

കരയാൻ ആരുമില്ല. അണിഞ്ഞൊരുങ്ങിയ നാത്തൂന്മാർ അരങ്ങിൽ

നിറഞ്ഞാടി. കണ്ണ് ചുവന്ന ജ്യേഷ്ഠന്മാർ ഉമ്മറത്തൂണിൽ ചാഞ്ഞിരുന്നു. കുഞ്ഞനിയത്തി അവർക്ക് നല്കിക്കൊണ്ടിരുന്ന പ്രശ്നങ്ങൾക്ക് ശമനമുണ്ടായിരിക്കുന്നു.

പറമ്പിലെവിടെയോ പച്ചമാവ് വെട്ടുന്നതിന്റെ ശബ്ദം. അവളെ ദഹിപ്പിക്കാൻ ഒരു മാവ് മുഴുവൻ വേണമെന്നില്ല. നാലഞ്ച് ഈർക്കിൽ മതിയാവും.

പണ്ടവൾ ഊഞ്ഞാലാടിയിരുന്ന, പട്ടുപാവാട ഇട്ട കൊച്ചു സുന്ദരിയെ നേര്യതുടുത്ത ഒരമ്മ ഊഞ്ഞാലാട്ടിയിരുന്ന അതേ പഞ്ചാരമാവ് ശബ്ദത്തോടെ വീണു. കിളികൾ കരഞ്ഞുകൊണ്ട് നേരത്തെ പോയിരുന്നു.

മേദിനിയെ ഏറ്റ് വാങ്ങാൻ തീജ്വാലകൾ മത്സരിച്ചു. ഞങ്ങൾ പറമ്പിന്റെ അറ്റത്ത് വെറുതെ നോക്കി നിന്നു. ഒരിക്കൽ വീടു വിട്ടവൾക്ക്, മറ്റൊരിക്കൽ വീട്ടിലേക്കുള്ള വഴി മറന്നവൾക്ക്, നാടും ബാല്യവും മറന്നവൾക്ക്, ഞങ്ങളുടെ ഏഴാമത്തെ കൂട്ടുകാരിക്ക് വിട.

തിരിച്ച് പോരുമ്പോൾ, കുന്നിറങ്ങുമ്പോൾ നസ്രീൻ പറഞ്ഞു. നമുക്ക് നമ്മുടെ പഴയ എൻ എസ് എസ് കോളേജിന്റെ ചുവന്ന ബഞ്ചിൽ ഒരിക്കൽ കൂടെ പിന്നാമ്പുറത്ത് പോയി ഇരുന്നാലോ?

ഒരു പ്രേമലേഖനം ആരെങ്കിലും മേദിനിക്ക് എഴുതി കൊടുത്താൽ മതിയായിരുന്നു അന്ന്. ഒരിക്കലും ഒരു പ്രേമലേഖനം കിട്ടിയില്ല എന്നത് അവളെ അത്രമേൽ വേദനിപ്പിച്ചിരുന്നു.

ഒരു ആൺകൂട്ടുകാരന്റെ കൈ പിടിച്ച് ബീച്ചിലും പാർക്കിലും റസ്റ്റോറന്റിലും ഒന്ന് കറങ്ങി നടക്കാൻ അവളേറെ കൊതിച്ചിരുന്നു. അത് കൊണ്ടാണ് അവൾ അവളുടെ ശരീരത്തെ ഏറെ വെറുത്തതും മനപ്പൂർവ്വം അത് ബലാത്സംഗം ചെയ്യപ്പെടാൻ എറിഞ്ഞ് കൊടുത്തതും. വിഷവിത്തുകൾ ഏറ്റുവാങ്ങിയതും. ഇപ്പോൾ തീജ്വാലകളിൽ വിലയം പ്രാപിച്ചതും.

“ധൈര്യം സംഭരിക്കണം. ‘നോ’ എന്ന് പറയേണ്ടിടത്ത് അത് പറയാൻ പഠിക്കണം. അല്ലാതെ ഭർത്താവിന്റെ കാല്പാദങ്ങളിൽ നോക്കി മാത്രം നടന്ന്..... ഛെ”

ഗിരിജ ഞങ്ങളോട് പറഞ്ഞു. ഞങ്ങളൊന്നും മിണ്ടിയില്ല.

മേദിനി മനസ്സിന്റെ കല്പടവുകളിൽനിന്ന് ഇറങ്ങി പോയിട്ടുണ്ടായിരുന്നില്ല. അടുത്ത കാലത്തൊന്നും അവൾക്ക് ഞങ്ങളിൽനിന്നും ഇറങ്ങിപ്പോവാൻ സാധിക്കില്ല. കാരണം ഞങ്ങൾ ആത്മാവുകൊണ്ട് കൊരുത്തവരായിരുന്നു. വർഷങ്ങളുടെ സൗഹൃദപ്പെരുമയിൽ ബന്ധിക്കപ്പെട്ടവർ.

സൗഹൃദമില്ലാത്തവർ മരിച്ചിരിക്കുന്നു എന്നതായിരുന്നു ഞങ്ങളുടെ മുദ്രാവാക്യം. മറിയം എപ്പോഴും പറയാറുണ്ട്. ഒരു സുഹൃത്തില്ലാതാവുക. അത് എനിക്ക് മരണത്തിന്റെ തണുപ്പ് തരും. സൗഹൃദം എനിക്ക് ജീവിതത്തിന്റെ പച്ചപ്പും.

ഞങ്ങളന്ന് പലവഴിക്ക് പിരിഞ്ഞു.

എന്നിൽ കഥയും കഥാകാലവും നിറച്ച് കൊണ്ട് കാലം ഒഴുകി നടന്നു. എനിക്ക് ഹൃദയത്തിന്റെ അയൽക്കാരികളെപ്പറ്റി എന്റെ ജനങ്ങളോട് പറയേണ്ടതുണ്ടായിരുന്നു. എല്ലാവരുടെ കഥകളും ഒന്നാകുന്നിടത്ത് എനിക്ക് അവസാനിപ്പിക്കുകയും വേണം. എന്നിട്ട് മുഖപടം മാറ്റി വെച്ച് അണിയറയിലിരുന്ന് കരയുന്ന ഒരു സർക്കസ് കളിക്കാരനെ പോലെ...

മുപ്പത്തി അഞ്ച്

സീതയ്ക്ക് എം എസ് സിക്ക് തേർഡ് റാങ്കുണ്ടായിരുന്നു. ഓർഗാനിക് കെമിസ്ട്രി പഠിച്ചാൽ ഭ്രാന്താവും എന്ന് സീതയെ കൂട്ടായിയിലെ റഷീദ് പലപ്പോഴും കളിയാക്കിയിട്ടുമുണ്ട്. ചിരിക്കാൻ നന്നേ പിശുക്കിയായിട്ടും അവൾ പതുക്കെ ഒന്ന് ചിരിച്ചുകൊടുത്തു അവന്റെ തമാശയ്ക്ക്.

ഞാനും സീതയും ഒരു പാരലൽ കോളേജിൽ ഒന്നിച്ചാണ് പഠിപ്പിക്കാൻ ചെന്നത്. ഇത്തിരി പിഞ്ഞിയ ആ സ്റ്റാഫ് മുറിയിലെ ഇരുട്ടിൽ അവൾ, ചിരിക്കാനിഷ്ടമില്ലാത്ത സീതയുടെ ചിരി. അവന്റെ മുന്നിൽ അവന്റെ മുന്നിൽ മാത്രം.

വെളുത്ത ഖദർ ഷർട്ടും കറുത്ത കരയുള്ള ഖാദിത്തുണിയും കൈയിൽ റാഡോ വാച്ചും. പാരലൽ കോളേജ് നടത്തിയ അജ്മൽ വി കെ എൻ പറഞ്ഞതുപോലെ മുതലാളിപ്പയ്യൻ. പക്ഷേ, പത്താംതരം തോറ്റുപോയ പാവം പണക്കാരൻ.

സീതയും അജ്മലും രജിസ്ട്രാറെ കാത്ത് നിന്നു. അവരുടെ കല്യാണം ഭൂമിയിൽവെച്ച് തന്നെ നടന്നു.

പ്രണയ വിവാഹങ്ങളൊക്കെ പരാജയമെന്ന് പറഞ്ഞുകൂട. അത് ആകസ്മികമായിരുന്നു.

അജ്മലിന്റെ മദ്യപാനാസക്തിക്ക് ചികിത്സ തേടാൻ സീതയാണ് മുൻകൈ എടുത്തത്. അവൾക്ക് അവനില്ലാതെ വയ്യ എന്നവൾ. പലതവണ എന്നോട് പറഞ്ഞിട്ടുണ്ട്. തൃശൂരിലെ സ്വകാര്യ സ്ഥാപനത്തിൽ അവർ രണ്ടുപേരും രഹസ്യമായി ഒരു മാസം താമസിക്കുകയും കണ്ണീരുകൊണ്ട് പരസ്പരം കഴുകുകയും ചെയ്തിരുന്നു.

പിന്നീടാണ് മനസ്സിലായത്. കരളിനെ ആക്രമിക്കുന്ന രോഗത്തെ പറ്റി. സീതയ്ക്ക് കരളായവൻ കരളില്ലാത്തവനായി. കരളില്ലാതാവുമ്പോൾ ജീവിതം അവസാനിക്കുമല്ലോ?

പരാജിതയായ സീത വാടകവീടിന്റെ ഊർപ്പത്തിൽ തനിച്ചായി. രാത്രി ഇരുട്ടിൽ കറുത്ത പർദ്ദ ധരിച്ച് അജ്മലിന്റെ ഉമ്മ വന്നു സീതയെ വിളിച്ചു. ഉമ്മയോടൊപ്പം ആ വെളുത്ത കാറിൽ അവൾ പിറകിലെ സീറ്റി

ലിരുന്നു. നെറ്റിയിൽ നിസ്കാരത്തഴമ്പുള്ള ആ ഉമ്മ അവളെ ചേർത്തു പിടിച്ചു. സീമന്തത്തിലെ സിന്ദൂരം മാഞ്ഞുപോയിടത്ത് നരയുടെ വെള്ളി മിന്നാരം സീത കണ്ണാടിയിൽ കണ്ടു. വിധവയ്ക്ക് വേഗം വയസ്സാവുക യാണ് നല്ലതെന്ന് അവൾക്ക് തോന്നി.

സത്യം പറഞ്ഞാൽ സീതയുടെ പേരിപ്പോൾ സെലീനയെന്നോ മിൻസാരയെന്നോ ആയിശയെന്നോ ഫാത്തിമയെന്നോ പരിവർത്തനം ചെയ്യപ്പെട്ടിരിക്കും എന്നാണ് ഞാൻ കരുതിയത്. പക്ഷേ, എന്നെ അമ്പര പ്പിച്ചുകൊണ്ട് പണ്ടേ അവൾ തൊടാറുള്ള ആ കുങ്കുമപ്പൊട്ട് നെറ്റിയിൽ വൃത്തത്തിൽ.

കല്ലിൽ തുണിയലക്കുന്ന സീതയുടെ കൈയിൽ ഉമ്മയുടെ നിസ്കാരക്കുപ്പായം. പിൻ വാതിലിൽ നിലാവ് പോലെ ചിരിച്ചുകൊണ്ട് ഉമ്മ പറഞ്ഞു.

“എന്റെ മോള് തിരുമ്പ്യാലേ ന്റെ നിസ്കാരക്കുപ്പായം വെളുക്കൂ.”

സീതയ്ക്ക് കൊണ്ടുപോവുന്നതിനുള്ള ചോറ്റുപാത്രവും വെള്ള കുപ്പിയും ഉമ്മ അവളുടെ ബാഗിൽ വെച്ചു. ഞങ്ങൾ രണ്ടുപേരും പുറ ത്തിറങ്ങി. ബസ് സ്റ്റാന്റിലേക്ക് നടന്നു.

“എന്നാൽ നിനക്ക് മതം മാറിക്കൂടേ. പർദ്ദയിട്ടാൽ നിന്നെ കാണാൻ നന്നാവും.”

ഞാനവളോട് കളി പറഞ്ഞു.

“ഉമ്മ സമ്മതിക്കില്ല. അത് അജ്മലിന് ഇഷ്ടമാവില്ല എന്നാണ് ഉമ്മ പറയുന്നത്.”

ഏക മകനെക്കുറിച്ചുള്ള ആ ഉമ്മയുടെ ഉൽക്കണ്ഠകൾ അവന്റെ മരണശേഷവും തുടരുന്നുവോ?

ഇങ്ങനെയുള്ള എത്ര ഉമ്മമാരുണ്ടാവും ഭൂമിയിൽ? അജ്മലിന്റെ ഉമ്മ ഭൂമിയിൽ സ്വർഗ്ഗം പണിതിരിക്കുന്നു. അതിന് പൂട്ടുകളോ താക്കോലു കളോ ഇല്ല. നീലാകാശത്തേക്ക് തുറന്ന് വെച്ച കമാനങ്ങൾ മാത്രം. വിധാ താവിന്റെ ഒരു മൗന സമ്മാനം.

മുപ്പത്തി ആറ്

അത് വൈദ്യുതി ഗ്രാമത്തിലെത്തുന്നതിനും മുൻപായിരുന്നു.

ടി വിയും ഫ്രിഡ്ജും വാഷിങ് മെഷീനും അവർക്ക് കേട്ടു കേൾവി പോലുമുണ്ടായിരുന്നില്ല.

മൊബൈൽ ഫോണും കമ്പ്യൂട്ടറും ഇന്റർനെറ്റും അവരുടെ സ്വപ്ന ദൂരങ്ങളിലൊന്നുമുണ്ടായിരുന്നില്ല.

പത്ത് ഏക്കറോളം വരുന്ന ആ വലിയ തെങ്ങിൻ തോപ്പിന്റെ ഏറ്റവും താഴെ തട്ടിലായിരുന്നു ആ വീട്. അവിടത്തെ അമ്മ, കറുത്ത മെലിഞ്ഞ

മുറുക്കി ചുണ്ട് വിണ്ട, ഒരു നീല കുപ്പായവും മഞ്ഞ കുപ്പായവും മാത്രം മാറി മാറി ഇട്ട് കാതിലും കഴുത്തിലും ഒന്നുമില്ലാത്ത ആ അമ്മയെ ഞങ്ങൾ കുട്ടികൾ 'താഴത്തമ്മ' എന്ന് വിളിച്ച് പോന്നു.

താഴത്തമ്മയുടെ മൂത്ത മകൾ രാധേടത്തി മുറ്റം നന്നാക്കിയും പശുവിന് പുല്ലരിഞ്ഞും ഇത്തിരി ചുരുൾ മുടി പിന്നിലേക്ക് കെട്ടി വെച്ചും മുണ്ടിനുള്ളിലൂടെ 'ഒന്നര' കാട്ടി ആ ഇത്തിരി മുറ്റത്ത് ധൃതി പിടിച്ച് നടന്നു.

മൂന്നാമത്തവൾ സരോജിനി മുറ്റത്ത് തൃക്കാക്കരയപ്പനെ ഉണ്ടാക്കാൻ കളിമണ്ണ് കുഴച്ചും തൃക്കാക്കരയപ്പന് ചാർത്താൻ തുളസിയും തെച്ചിയും കോർത്ത് മാലകെട്ടിയും കണ്ണാടിയിൽ ചന്തം നോക്കിയും വെറുതെ പുഞ്ചിരിച്ചും നടുവകത്തും ഉമ്മറത്തും നിലവിളക്ക് തുടച്ച് വൃത്തിയാക്കിയും അങ്ങനെ.

ആൺതുണയില്ലാത്ത ആ നാല് പെൺജന്മങ്ങൾ ആ ഓലവീടിന്റെ വൃത്തിയുള്ള ചെറിയ മുറിയിൽ ഒരു പാനീസ് വിളക്ക് കത്തിച്ച് വെച്ച് ഉറക്കിലും ജാഗരൂകരായ്.

ഒരിക്കലോ മറ്റൊരിക്കലോ-

കനത്ത കാലടിശബ്ദം ആ മുറ്റത്ത് കേട്ടുവോ?

ഒരു സിഗരറ്റ് മണം ഒഴുകിപ്പരന്നോ?

ഒരു ആൺമണവും കൊണ്ട് കാറ്റ് വന്നുവോ?

സംശയം ബലപ്പെട്ടു.

താഴത്തമ്മ പെൺമക്കളെ അകത്തിരുത്തി അമ്പിളിക്കലയില്ലാത്ത കറുത്ത കർക്കിടകത്തിന്റെ ആകാശമുള്ള ആ രാത്രി മുറ്റത്തിന്റെ ഇറയത്തെ തിണ്ണക്കിപ്പുറത്ത് മറഞ്ഞിരുന്നു. രാത്രിയുടെ രണ്ടാം യാമത്തിൽ കുന്നിറങ്ങി വന്ന സിഗരറ്റ് മണം. വാതിലിനടുത്തേക്ക് തീപ്പെട്ടിയുരസി.

കാലിന്റെ 'വെസവള്ളി' നോക്കി ഒരൊറ്റ വെട്ട്. താഴത്തമ്മ ശക്തി മുഴുവൻ സംഭരിച്ച് അതേ ദിശയിൽ തന്നെ മറ്റൊരു വെട്ട്. വേദനയുടെ അലർച്ച. കുന്ന് കയറുമ്പോൾ വേച്ചു വീഴുന്നതിന്റെ ദീന സ്വരം.

പിറ്റേന്ന് രാവിലെ ഉമ്മറത്തെ ചോര കഴുകിക്കളഞ്ഞ് ഒരു വടക്കൻ പാട്ടിന്റെ വരിയും മൂളി താഴത്തമ്മ സർക്കാരാശുപത്രിയുടെ വരാന്തയിൽ ഏറ്റവും ആദ്യമായി ക്യൂ നിന്നു. കർക്കിടകത്തിന്റെ കള്ളപ്പനി ബാധിച്ചവരുടെ ദൈന്യമുഖങ്ങളിലേക്ക് താഴത്തമ്മ ഇടം കണ്ണിട്ട് നോക്കി. ഇല്ല. ആരുമില്ല.

ഇടത്തെ കാലിൽ ഒരു വെളുത്ത തുണിക്കെട്ടുമായി പരസഹായമില്ലാതെ ഒറ്റക്കാലിൽ ചാടിവരുന്നത് ഇന്നലത്തെ സിഗരറ്റ് മണക്കാരൻ തന്നെ എന്ന് താഴത്തമ്മയ്ക്കുറപ്പായി.

ആളെ തിരിച്ചറിയാൻ മാത്രമാണ് ആശുപത്രിയിൽ പോയത്. മറ്റ് ആശുപത്രികളൊന്നുമില്ലാത്തതുകൊണ്ട് പ്രതി അവിടെത്തന്നെ വരുമെന്ന് ജീവിത പാഠം താഴത്തമ്മയെ പഠിപ്പിച്ചിരുന്നു.

സ്വയം പ്രതിരോധത്തിന്റെ ആ കോട്ടമതിൽ തീർത്ത എന്റെ താഴ ത്തമ്മയും മണ്ണിൽ വിലയം പ്രാപിച്ചിട്ട് മുപ്പത്തി ആറ് വർഷമായി.

മുപ്പത്തി ഏഴ്

മേരി എന്നോട് പറഞ്ഞതിങ്ങനെയാണ്.

കുട്ടികളും ഭർത്താവും ഉറങ്ങി എന്നുറപ്പായാൽ മാത്രമേ മേരി കഥ യെഴുതാറുള്ളുവത്രെ!

ജീവിതത്തിന്റെ ഇത്ര സമയം മക്കൾക്ക്, ഇത്രസമയം ഭർത്താവിന്, ഇത്ര സമയം അടുക്കളയ്ക്ക്, ഇത്ര സമയം. ഇത്ര സമയം. പക്ഷേ, ഉറ ങ്ങാനും സ്വപ്നം കാണാനും ഉള്ള എന്റെ സമയമുണ്ടല്ലോ. അത് ആർക്കും പങ്കു വെക്കണ്ടല്ലോ. അത് ഞാനെനിക്ക് വേണ്ടി പകുത്തെടു ക്കും. എന്റേത് മാത്രമാക്കി അടുക്കി വെക്കും.

തമിഴ്നാട്ടിൽ പാടത്ത് പണിയെടുക്കുമ്പോൾ കവിതയെഴുതിയിരുന്ന ഒരു എഴുത്തുകാരിയെക്കുറിച്ച് മേരി വായിച്ചിട്ടില്ല?

ഒളിവുകാലത്ത് ഒരു മൺതരിയുടെ ശബ്ദംപോലും ഭയന്ന് ഹിറ്റ്ല റുടെ കിരാതഭരണത്തിൽ രക്തസാക്ഷിത്വം വരിക്കേണ്ടിവന്ന ആ ഡയറി പെൺകുട്ടി ആൻഫ്രാങ്കിനെ മേരി മറന്നുപോയോ?

അടുക്കളയിലെ കടുക് പാത്രത്തിലും ചായപ്പൊടി പാത്രത്തിലും ഒരു കുറ്റിപെൻസിലിട്ട് വെച്ച് മൺവിളക്കിന്റെ ഇത്തിരി വെളിച്ചത്തിൽ എഴുതിയ 'മനുഷ്യപുത്രി' അന്തർജ്ജനത്തെ മേരി ഓർക്കുന്നില്ലേ?

എന്റെ മേരി ഈ കഥയെഴുത്ത് എന്ന് പറയുന്ന സാധനമുണ്ടല്ലോ അത് വന്ന് ഭവിക്കേണ്ടതാണ്. അല്ലാതെ കറങ്ങുന്ന പങ്കയ്ക്ക് കീഴെ ഇരുന്ന് പേപ്പറും പേനയും അടുക്കി വെച്ച് മണിക്കൂറുകളോളം ഇരുന്നാൽ ലഭ്യമാവില്ല. നമ്മുടെ ചുറ്റും കാണുന്ന കാഴ്ചകളില്ലേ?

നമ്മുടെ പഞ്ചായത്ത് റോഡിലും ഇടവഴിയിലും നമ്മൾ കണ്ടുമുട്ടി യവർ. അവരുടെ കഥയെഴുതൂ. അല്ലാതെ നാം കണ്ടുമുട്ടാത്ത ലോകത്തെ പറ്റി നീയെന്തിന് വാചാലയാവണം മേരീ. അറിയാത്ത മഹാസമുദ്രത്തെ ക്കാൾ എനിക്കിഷ്ടം അറിയുന്ന എന്റെ നിളയെയാണ് എന്ന് പറഞ്ഞ നമ്മുടെ എം ടിയെ നീ ഗുരുസ്ഥാനത്ത് നിർത്ത്. പിന്നെ നീ പറയ്ണ ആ പെണ്ണെഴുത്ത്. കുന്തം. എഴുത്ത് ഒന്നേ ഉള്ളൂ. എഴുത്ത് മാത്രം. അതിന് സ്ത്രീലിംഗമോ പുല്ലിംഗമോ ഇല്ല. ലോകത്തെല്ലായിടത്തുമുള്ള കാഴ്ചകൾ, അനുഭവങ്ങൾ അതിനെ നിരീക്ഷിക്കുക.

അത്താഴപ്പട്ടിണി കിടക്കാതിരിക്കാനുള്ള മത്സ്യങ്ങൾ നിന്റെ വല യിലും വീഴും. ആത്മവിശ്വാസംകൊണ്ട് നീ നിന്നെ സമ്പന്നയാക്കുക. മേരീ നീ ചിപ്പിയെ കണ്ടിട്ടില്ലേ? അത് എങ്ങനെയാണ് മുത്തിനെ ഉല്പാ ദിപ്പിക്കുന്നത്. അതിന് ഒരു ചിപ്പി അനുഭവിക്കുന്ന തീവ്ര വേദനയില്ലേ?

അതിന്റെ ഒരംശമെങ്കിലും നാം എഴുതുമ്പോൾ അനുഭവിക്കുന്നുണ്ടോ?

സുൽത്താൻ പറയാറുള്ളതുപോലെ സരസ്വതീ ക്ഷേത്രത്തിലെ നിത്യപൂജ. പ്രതിഫലം ഒന്നും പ്രതീക്ഷിക്കുകയുമരുത്.

മേരീ നീ നിന്റെ പയ്യാരാം പറച്ചില് നിർത്തുക. കണ്ണ് തുടയ്ക്കുക. മുഖം കഴുകുക. മുടി കെട്ടിവെക്കുക. എഴുന്നേല്ക്കുക. വാക്കുകൾ നിനക്ക് പിന്നാലെയും കരഞ്ഞ് വിളിച്ച് വരുമെന്ന് എനിക്കുറപ്പാണ്. നിനക്ക് തരാൻ എന്റെ കൈയിൽ ഒന്നാന്തരം ഉറപ്പുകൾ മാത്രമാണുള്ളത്.

നല്ല സ്വപ്നങ്ങൾ കാണുക. അകമെരിയുമ്പഴും പുറത്ത് പൂക്കുക. നന്മയുടെ പൂക്കാലം നീയാകുന്ന വസന്തർത്തുവിലും പറന്ന് നടക്കും. എന്റെ ഉറപ്പുകൾകൊണ്ട് നീ നോഹയുടെ പേടകം തീർക്കുക. കവചകുണ്ഡലങ്ങൾ നമുക്ക് ദാനം ചോദിക്കാതിരിക്കാം.

മുപ്പത്തി എട്ട്

ട്രെയിൻ ബുക്ക് ചെയ്തിരുന്നു. കാരണം ഞങ്ങൾ ഒരു പെട്ടി നിറയെ ഇളനീരുമായാണ് പോകുന്നത്. 'കുന്താത്ത' പലവട്ടം പറഞ്ഞിരുന്നു ഇത്താത്തയെ കാണാൻ പോണ്ണ്ടെങ്കില് ഇളനീരും കൊണ്ട് പോണംന്ന്. കോട്ടയം കാരിത്താസിൽ ഞങ്ങളെത്തുമ്പോൾ നേരം നന്നെ വെളുത്തിരുന്നു. മുറിയിലെ പച്ചവിരിയുള്ള കിടക്കയിൽ മുടി കൊഴിയാതെ മൊട്ടയാവാതെ ഇത്താത്ത ഇരുന്നിരുന്നു. ഞങ്ങളെ കണ്ടപ്പോൾ പഴയ അതേ ചിരി. അതേ സന്തോഷം.

ഇത്താത്തയുടെ കണ്ണുകൾക്ക് താഴെ കണ്ട കനം വെച്ച കറുത്ത കാട്ടു പൊയ്കകളാണ് ഞങ്ങളെ ദുഃഖിപ്പിച്ചത്.

"ഇത്താത്താക്കൊന്നുമില്ല."

"ആ 'കുന്താത്ത' വെറുതെ നിങ്ങളെ പറഞ്ഞ് പേടിപ്പിച്ചതാണ്. ഇത്താത്താക്ക് രണ്ട 'മൊഴേ' ഉള്ളൂ. ഇവിടെ അഞ്ചും ആറും 'മൊഴ' ഗർഭപാത്രത്തിനകത്തുള്ളോർണ്ട്. ഇന്നട്ട് അവര് ഇവ്ടെ ജീവിക്ക്ണില്ലേ?"

"ധൈര്യമായിട്ട് ന്റെ മക്കള് തിരിച്ച് പൊയ്ക്കോളീ. ഒരു മൂക്കൊലിപ്പ്. ഒരു തലവേദന. അതേ ഉള്ളൂ. ഞാനേയ് അങ്ങന്യൊന്നും മരിക്കൂലാ. എങ്ങന്യാ ഇൻക്ക് മരിക്കാൻ പറ്റ്വോ?"

"ന്റെ മക്കളുടെ മക്കളെ ആരാ നോക്വാ? വേലക്കാരത്ത്യോള് നോക്കോ? അയ്ന് ഇപ്പം വേലക്ക് ആര്യാ കിട്ടുക. എല്ലാവരും പോയില്ലേ തൊഴിലുറപ്പ്ന്നും പറഞ്ഞ്. അത് നന്നായിട്ടൊ."

"അതാ ഞാൻ പറഞ്ഞത് ഞാനിപ്പം മരിക്കാനൊന്നും പോണില്ല. മരിക്കാനേയ് ഇൻക് മനസ്സില്ല."

ഇത്താത്ത ഒരിക്കലും പടച്ചതമ്പുരാനെ വെല്ലുവിളിക്ക്ണതല്ല.

സ്വയം വെല്ലുവിളിക്കുന്നു. തന്റെ രോഗത്തെ ഇച്ഛാശക്തികൊണ്ട് തളയ്ക്കുന്നു. ആ ഇച്ഛക്ക് മേൽ രോഗം പത്തി താഴ്ത്തും. കാരണം മനസ്സ് തന്നെയാണ് ശരീരവും.

ഞങ്ങൾ കാരിത്താസിന്റെ കുന്നിറങ്ങുമ്പോൾ ഇത്താത്ത കൈവീശി കൊണ്ടേയിരുന്നു. മരണത്തിനും ജീവിതത്തിനുമിടയിലെ ആ നൂൽപ്പാലത്തിൽ കിടന്നാടുമ്പം ചിരിച്ചുല്ലസിക്കാൻ കഴിയുന്ന ഞങ്ങളുടെ ഇത്താത്തയെ ഞാൻ നമസ്കരിക്കുന്നു.

മുപ്പത്തി ഒൻപത്

സത്യവതിയുടെ രണ്ടാമത്തെ മകളുടെ കല്യാണത്തിന് കരുണ കാസ്റ്റൽ ഓഡിറ്റോറിയത്തിൽ പോയി വരുമ്പോലായിരുന്നു സംഭവം. ഏതോ രക്തസാക്ഷിയുടെ പേരെഴുതിയ ചെറിയ ഒരു ബസ്റ്റോപ്പിൽ ഞായറാഴ്ച വിരസതയിൽ ആലീസ് തനിച്ച് നിന്നു.

ഡിസൈനർ വെഡ്ഡിങ് സാരി അവൾക്ക് നന്നായി ഇണങ്ങുന്നുണ്ടെന്ന് അവൾ സ്വയം വിശ്വസിച്ചുകൊണ്ട് അതിലേ വരുന്ന ബസ്കാത്ത് പലപാടു ചിതറിയ അവളുടെ നോട്ടത്തിൽ അവളത് വ്യക്തമായി കണ്ടു.

അവൾക്ക് തൊട്ടുമുന്നിൽ നിർത്തിയിട്ടിരുന്ന ഒരു ഗുഡ്സ് ഓട്ടോ. അത്ര നേരവും അവളത് കണ്ടിരുന്നില്ല. അതിന്റെ സൈഡ് ചില്ല് കറുത്ത കട്ടിഗ്ലാസ് കൊണ്ട് ആവരണം ചെയ്തിരുന്നു. പക്ഷേ, അതിന്റെ മുഖത്ത് ചില്ലിലൂടെ അവളത് കണ്ടു. സീറ്റിലിരിക്കുന്നവന്റെ മുഖം അവൾ കാണുന്നുണ്ടായിരുന്നില്ല.

ഡ്രൈവിങ് സീറ്റിൽ കറുത്ത് തടിച്ച് രോമനിബിഡമായ കൈയിൽ അയാൾ 'അത്' പിടിച്ചിരിക്കുന്നു. മാളത്തിൽനിന്നും തലപൊന്തിച്ച് നില്ക്കുന്ന 'കറുകറുത്ത' ഒരു തടിച്ചപാമ്പിന്റെ ഏതോ ഒരു ഭാഗം പോലെ.

ആലീസ് ഒന്നേ നോക്കിയുള്ളൂ.

കൗതുകം അടക്കവയ്യാതെ അവൾ വീണ്ടും നോക്കി. പൂർവ്വാധികം ശക്തിയോടെ 'അത്.'

അവൾ ഒരടി നടക്കാതെ നിശ്ചലം നിന്നു.

ഇനി എന്ത്? ഇനി എന്ത്?

'മനീഷി'യിൽനിന്നും ഗിരിജയിൽനിന്നും മറിയത്തിൽനിന്നും കിട്ടിയ കരുത്തിന്റെ കാരമുള്ളുകൾ. അവൾ വീണ്ടും നോക്കി. അവൾ കാണാൻ വേണ്ടി മാത്രം അയാൾ 'അതിനെ' ക്രമമായി ഉഴിയുന്നു.

പൊടുന്നനെ ഒരു നിമിഷത്തിന്റെ ആയിരം അംശത്തിൽ ആലീസ് കുനിയുകയും കരിങ്കല്ലെടുക്കുകയും ഗുഡ്സ് ഓട്ടോയുടെ മുൻവശത്തെ ചില്ലിൽ ആഞ്ഞ് തൊഴിക്കുകയും ചെയ്തു.

ചില്ലിന്റെ ചിരി ശബ്ദം.

അവൾ തിരിഞ്ഞു നോക്കാതെ വേഗത്തിൽ കൈ വീശി നടന്നു. ചില്ല് പൊട്ടിയ ഗുഡ്സ് ഓട്ടോ പരക്കം പാഞ്ഞു.

അവൾ വീട്ടിലെത്തിയപ്പോൾ കൂട്ടുകാരോടൊത്ത് ഞായറാഴ്ചയുടെ ഉച്ചയെ ഉന്മാദമാക്കുന്നു ബിസിനസ് എക്സിക്യൂട്ടീവ്.

"ആലീസ് കുറച്ച് ഐസ്."

"ഫ്രിഡ്ജിൽ ചിക്കനിരിപ്പുണ്ടോ?"

"ലഞ്ചിന് ഇവരും കാണും."

അവൾക്ക് കണ്ട കാഴ്ചയുടെ അറപ്പ് മാറിയിട്ടില്ലായിരുന്നു. അയാളോട് പറഞ്ഞാൽ പ്രതികരണം എന്താവുമെന്ന് അവൾക്കറിയുമായിരുന്നു.

"അതെന്താ നിനക്കുമാത്രം അവൻ 'അത്' കാണിച്ച് തന്നത്?"

അവൾ കണ്ട ആ വൃത്തികെട്ട കാഴ്ചയോളം തന്നെ ഭയമായിരുന്നു അവൾക്ക് ആ ചോദ്യത്തെയും.

വേണ്ട എന്റ ചാക്രികതകൾ തുടരട്ടെ.

ഞാനെന്റേതു മാത്രമാണ്. എന്റേതു മാത്രം.

ആലീസ് നീണ്ടു നിവർന്ന് മലർന്നു കിടന്നു.

ഉമ്മറത്ത് അട്ടഹസിക്കുമ്പോലെ 'ആലീസ്' എന്ന വിളി ഉയരുന്നു

ഐസോ ചിക്കനോ ലഞ്ചോ ഇവിടെയില്ല.

ഇത് ബാറോ കൂൾബാറോ ഹോട്ടലോ അല്ല.

ഇന്നലെവരെ ദാസ്യവൃത്തി ചെയ്ത ആലീസ് മരിച്ചിരിക്കുന്നു. ഇന്ന് മുതൽ....

അവൾ കിടപ്പുമുറിയുടെ വാതിലിന്റെ രണ്ട് കുറ്റിയുമിട്ടു. അകത്ത് നിന്നു പൂട്ടി.

പുറത്തെ ആക്രോശങ്ങൾ അവസാനിച്ചു.

പരാജിതൻ കാർ സ്റ്റാർട്ടു ചെയ്യുന്നതിന്റെ ശബ്ദംമാത്രം.

സഹനം അല്ലെങ്കിൽ സമരം.

സഹനത്തിൽ നാം മരിക്കുന്നു.

സമരത്തിൽ നാം ഉയർത്തെഴുന്നേല്ക്കുന്നു.

ആലീസ് സമരത്തിന്റെ വഴി തെരഞ്ഞെടുത്തു.

നാല്പത്

ഗിരിജയുടെ കാഴ്ചപ്പാടുകളെ എനിക്ക് കുറ്റം പറയാൻ പറ്റില്ല.

മറിയവും എന്റെ പക്ഷത്താണ്.

പക്ഷേ, സിത്താരയും നസ്രീനും വളരെ ഉൽക്കണ്ഠപ്പെട്ടു. എല്ലാവരും ഇങ്ങനെ ചിന്തിച്ചാൽ നമ്മുടെ സംസ്കാരം, നമ്മുടെ പൈതൃകം....

സിത്താരയ്ക്ക് ഭർത്താവ് ജീവിച്ചിരിക്കെ ഇന്ത്യാമഹാരാജ്യം മുഴുവൻ വീൽ ഓൺ പാലസിൽ അഥവാ പാലസ് ഓൺ വീലിൽ ചുറ്റി സഞ്ചരിക്കാം.

നസ്രീന് ചെറുപ്പക്കാരായ കാമുകനോട് ഇന്റർനെറ്റിൽ മണിക്കൂറുകളോളം ചാറ്റ് ചെയ്യാം.....

അപ്പോഴൊന്നും തളർന്നു വീഴാത്ത ഈ സദാചാരം ഗിരിജയുടെ കാര്യത്തിൽ തകർന്നു പോകുമെന്ന് പറയുന്നതിലെ വിഡ്ഢിത്തമോർത്ത് എനിക്ക് ദേഷ്യം വന്നു.

മറിയം അശോകാ പാക്കിന്റെ കഷണം വായിലിട്ട് ചവച്ച് തുപ്പി. ഡ്രൈവിങ് സീറ്റിൽ വെറുതെ ഇരുന്നു. അവളുടെ പർദ്ദയുടെ കൈകൾക്ക് വയലറ്റ് നിറമുള്ള മുത്തുകൾ പിടിപ്പിച്ചിരുന്നു. പ്രായം കൂടുന്തോറും സൗന്ദര്യപ്പെടാൻ മറിയവും മോഹിക്കുമെന്നോ?

"നമ്മൾ ഗിരിജയുടെ കൂടെ നില്ക്കണം.." മറിയം എല്ലാവരോടും പറഞ്ഞു.

"അവൾ ആഗ്രഹിക്കുന്നത് ഒരു കുഞ്ഞിനെ മാത്രമാണ്. അയാളുടെ കുഞ്ഞ്. ഐൻസ്റ്റീന്റെ ഐക്യൂ പ്രൊഫസർ സലീംറാമിനുണ്ടെന്ന് അവൾ വിശ്വസിക്കുന്നു. അതവളുടെ വിശ്വാസം."

മറിയം ഞങ്ങളെ നോക്കി.

"സലീംറാമിന് നാട്ടിൽ ഭാര്യയും മകളുമുണ്ട്. പക്ഷേ, ഗിരിജ ഒരിക്കലും ഒരു അവകാശവും പറഞ്ഞ് അവിടെ പോകില്ല. അവൾക്ക് വേണ്ടത് അയാളുടെ ഒരു മകനെയോ മകളെയോ ആണ്. അല്ലാതെ ഒരു ദാമ്പത്യമോ ഒരു പ്രണയമോ ഒരു കാമകാലമോ അല്ല. അത് നമ്മളെങ്കിലും മനസ്സിലാക്കണം അല്ലാതെ ഗിരിജയെ ഈ ലോകത്തിന് മനസ്സിലാവില്ല. ലോകത്തിന്, ഗിരിജയെ മനസ്സിലാകണമെന്ന് നാം വാശി പിടിച്ച് കൂടാ."

വളരെ ശാന്തമായാണ് മറിയം അത്രയും പറഞ്ഞത്. "എന്നാലും തന്തയില്ലാത്തൊരു കുഞ്ഞിനെയും ചുമന്ന് അവൾ..." സിത്താര പറഞ്ഞു തുടങ്ങി.

മറിയം സിത്താരയെ നോട്ടം കൊണ്ട് തടഞ്ഞു. അവളുടെ ഗർഭകാലം സലീംറാമിനോടൊത്ത് അവൾ ഹൈദ്രാബാദിൽ താമസിക്കും. ആരുമറിയാതെ.

തിരിച്ച് വരുമ്പോൾ ഗിരിജ ഒരു കുഞ്ഞിനെ ദത്തെടുത്തു എന്ന് നമ്മൾ പല കോണിൽനിന്നും കുറച്ച് പേരോട് പറയും.

"കല്യാണം കഴിച്ചതേ ആപത്ത് എന്ന് പറഞ്ഞ് നമ്മളെയൊക്കെ അവൾ ഉപദേശിച്ചിരുന്നില്ലേ? എന്നിട്ടിപ്പോൾ ആ ഗിരിജ തന്നെ." നസ്രീൻ.

"അവൾ കല്യാണം കഴിച്ച് നമ്മളെപ്പോലെ വേദനിക്കുന്നില്ല. മറിച്ച് അവൾ അമ്മയായി വാർദ്ധക്യത്തെ കാത്തിരിക്കുന്നു. അമ്മയായും മുത്ത

ശ്ലിയായും അവൾ ആ കുഞ്ഞിനെ വളർത്തും. അത് വെറും ഒരു സന്തതി പരമ്പരയ്ക്കുള്ള ആവർത്തിയല്ല. പ്രിയപ്പെട്ടവന്റെ ഒരു സമ്മാനം. ഭാവി തലമുറയ്ക്ക് അവൾ നല്കുന്ന കനപ്പെട്ട ഒരു ഉപഹാരം.

ധിഷണയുടെ മഹാപ്രവാഹത്തെ അവൾ അഴിച്ച് വിടുന്നു. അവനെ അല്ലെങ്കിൽ അവളെ. തനിക്കെന്ന സ്വാർത്ഥത്തിലേക്കല്ല. എൻട്രൻസ് എന്ന വ്യാമോഹത്തിലേക്കുമല്ല.

നെറികേടുകൾക്കൊരു നെഞ്ചൂക്കായി....

ഒരു അംബേദ്കറോ

ഒരു അയ്യൻകാളിയോ

അല്ലെങ്കിൽ ജന്മിത്തത്തിന്റെ കാല്ക്കലേക്ക് സ്വന്തം മുല പറിച്ചെറിഞ്ഞ് മുലക്കരത്തെ പ്രതിരോധിച്ച ചെറുമിപ്പെണ്ണായി ഗിരിജയുടെ മകളും....."

അത്രയും പറഞ്ഞ് കഴിഞ്ഞപ്പോൾ കിതപ്പുകൊണ്ട് എനിക്ക് ശ്വാസം മുട്ടി. നല്ല വർത്തമാനങ്ങൾക്ക് കിതയ്ക്കാം. ശ്വാസം മുട്ടാം.

നല്ല വർത്തമാനങ്ങൾ, നല്ല വാർത്തകൾ

നല്ല വിശ്വാസങ്ങൾ..... നന്മയുടെ ആൽമരത്തിലെ

മുഴുവൻ ഇലകളും വിറയാർന്നു ചിരിച്ചു.

നാല്പത്തി ഒന്ന്

ഞെട്ടലോടെയാണ് ഞാൻ ആ വാർത്ത വായിച്ചത്. മാധ്യമങ്ങൾ ആഘോഷിക്കുന്ന ആ വാർത്ത.

ഇന്നലെ വൈദ്യുതി ഇല്ലാത്തതുകൊണ്ട് രാത്രി ടി വി തുറന്നിട്ടില്ല. അല്ലെങ്കിൽ എല്ലാം ലൈവായികാണുമായിരുന്നു. ക്യാമറാമാന്മാരുടെ ധൃതിപിടിച്ചുള്ള ഓട്ടവും ചാനൽ സുന്ദരിമാരുടെ തേഞ്ഞ മലയാളത്തിലെ വിശദീകരണവും ഒന്നും എനിക്ക് കാണേണ്ടി വന്നില്ല. കേൾക്കേണ്ടിയും.

എന്റെ കൂടെ മൂന്ന് സിയിൽ പഠിച്ചിരുന്ന ഒരു ചെവിയൊലിപ്പ് കൊണ്ട് സകലരുടെ ഇഷ്ടത്തെയും അനിഷ്ടമാക്കിയ ഉമ്മയില്ലാത്ത എന്റെ പാവം ഉമ്മുകുൽസു. ഒരാളെ കൊല്ലുമെന്നോ? അതോ ഒരാളെ കൊന്നുവെന്നോ? പതനപുരത്ത് ആലി എന്ന തന്റെ സ്വന്തം പിതാവിനെ? തന്റെ മകളുടെ പിതാവിനെ?

ചിരവമുട്ടികൊണ്ട് തലയ്ക്കടിച്ച്.....

പത്രക്കാർ പറയുന്നതിങ്ങനെ.

ലോകത്തെവിടെയും കേട്ടുകേൾവിയില്ലാത്ത അപൂർവ്വങ്ങളിൽ അപൂർവ്വമാണത്രെ!

സ്വന്തം പിതാവിൽ അവൾക്ക് പിറന്ന മകളെ അവളുടെ പിതാവ് മാനഭംഗപ്പെടുത്താൻ ശ്രമിച്ചുവത്രെ!

കാലം കൊടുത്ത കരുത്ത്. ചിരവമുട്ടികൊണ്ട് തലയ്ക്കടിച്ച് കൊന്ന് കഷ്ണം കഷ്ണമാക്കി. എന്നിട്ടും കലി തീരാതെ ആ മാംസം മുഴുവൻ ചാക്കിലാക്കി പുഴയിൽ കൊണ്ടുപോയി ഒഴുക്കി കളഞ്ഞുവത്രെ! മകളെ മുറിയിലിട്ടു പൂട്ടിയാണത്രെ ഉമ്മുകുൽസു ആ 'കൊടുംക്രൂരത' ചെയ്തത്.

നീണ്ട തെങ്ങിൻ തോപ്പിന്റെ അറ്റത്തുള്ള ഒറ്റമുറി വീട്ടിൽ വാത്സല്യങ്ങളൊന്നും ഏറ്റുവാങ്ങാതെ വിറങ്ങലിച്ച ആ ചെറിയ പെൺകുട്ടിയെ കാണാൻ എനിക്കെന്റെ ജന്മനാട്ടിലേക്ക് പോയേ മതിയാവുമായിരുന്നുള്ളൂ. പറ്റുമെങ്കിൽ അവളെ കൂട്ടിക്കൊണ്ട് പോരണം. കൊടും കുറ്റവാളിയുടെ മകളെ സമൂഹം എങ്ങനെയാണ് നോക്കിക്കാണുക. എന്റെ ഉമ്മുകുൽസു വിനെ എനിക്ക് ജയിലിലും പോയി കാണണം.

ഞങ്ങളൊന്നിച്ച് നീണ്ട വേലിപ്പടർപ്പിൽ മഞ്ഞുള്ള പ്രഭാതങ്ങളിൽ ഉറങ്ങിയിരുന്ന തുമ്പികളെ പിടിച്ചിരുന്നു. ഓർക്കാപുളിയും ചതുരപ്പുളിയും വാളൻപുളിയും ഉപ്പ് കൂട്ടി തിന്നിരുന്നു.

ഞങ്ങളൊന്നിച്ച് പുഴയിൽ, തോട്ടിൽ, പാടത്ത്, പറമ്പിൽ ഇടവഴിയിൽ മഴയെ തോല്പിച്ച് പുഴയെ തോല്പിച്ച് ജീവിച്ചിരുന്നു. ഞങ്ങളുടെ ബാല്യകാലത്ത് ഞങ്ങൾ പിച്ചുകയും മാന്തുകയും ചെയ്തിരുന്നു. ഞങ്ങൾ അവിടെ ഞങ്ങളെ മറന്നു വെച്ചിരുന്നു.

ഇനിയുള്ള കാലമത്രയും ജീവിക്കാൻ ഞങ്ങൾക്ക് ഓർമ്മയുടെ ഓളപ്പരപ്പുണ്ട്. അവിടെ ചിരിയും കണ്ണീരുമുണ്ട്.

എനിക്കെന്റെ ഉമ്മുകുൽസുവിന്റെ മകളെ കണ്ടേ മതിയാവൂ.

എനിക്കെന്റെ ഉമ്മുകുൽസുവിന്റെ മകളെ കണ്ടേ മതിയാവൂ.

ശബ്ദം ഉറഞ്ഞുകൂടി. ഘനീഭൂതമായ മൗനവും ഒടുവിൽ ദുശ്ശാഠ്യത്തിന്റെ കൂർക്കം വലിയും പക്ഷേ, എന്റെ മനസ്സ് കടുത്ത തീരുമാനത്തിലെത്തിയിരുന്നു. ഞാനും അദ്ധ്വാനിക്കുന്നുണ്ട്. എനിക്കും വരുമാനമുണ്ട്. ഒരു മനുഷ്യപ്രാണന് നേരെ എന്റെ കൈകളും നീളേണ്ടിയിരിക്കുന്നു. അല്ലാതെ ഈ മനുഷ്യജന്മം വ്യർത്ഥം.

നാല്പത്തി രണ്ട്

മഴക്കാലത്ത് ഉദിച്ചുവരുന്ന ഒരു വെയിലുണ്ടല്ലോ. ചൂടുള്ള മഞ്ഞ വെയിൽ. ആ വെയിൽ പരപ്പിലേക്കാണ് ഞാനും മറിയവും ബസ് ഇറങ്ങിയത്. നല്ല ദൂരമുണ്ട്. ഇരുന്നിരുന്ന് ചന്തി വേദനിച്ച് തുടങ്ങി. ബസ്സ്റ്റാന്റിനകത്തെ പറങ്കോടനേട്ടന്റെ ചെറിയ ചായപ്പീടിക ഈച്ചകളെ നെറ്റിയിൽ ചുമക്കുന്ന കറുത്ത മേശകളുമായി ഇപ്പോഴും അവിടെ തന്നെയുണ്ട്.

പച്ചവാഴയിലയിൽ വെളുത്ത പുട്ടും തേങ്ങാകൊത്തിട്ട കടലക്കറിയും. പറങ്ങോടേട്ടൻ വൃദ്ധനായിക്കഴിഞ്ഞിട്ടുണ്ട്.

ഉമ്മറത്തെ പല്ലുകൾ പണ്ടേ ഇല്ലയെങ്കിലും ചിരിക്കൊരന്തസ്സുണ്ട്.

"ഇപ്പം വന്വേ?"

എന്നെ തിരിച്ചറിഞ്ഞിരിക്കുന്നു.

മുഖത്തെ വെളുത്ത താടിരോമങ്ങൾ. അപരിചിതത്വത്തിന്റെ വേലിയേറ്റമില്ലാതെ എന്നെ നോക്കിയിരുന്നു.

മറിയത്തിന് നല്ല വിശപ്പുണ്ടെന്ന് തോന്നുന്നു.

അവളുടെ കറുത്ത പർദ്ദയിലേക്ക് ഇടയ്ക്കൊക്കെ വെളുത്ത പുട്ടിന്റെ തരികൾ വീണുകൊണ്ടിരുന്നു. ഒരു വീട്ടിലെന്നപോലെ പറങ്കോടേട്ടൻ ഞങ്ങൾക്ക് ചായ വീണ്ടും വീണ്ടും ഒഴിച്ചു തന്നു.

പണം കൊടുത്തപ്പോൾ കൈപിടിച്ച് വച്ചു.

പഴയ കൂട്ടുകാരന്റെ മകളോട് പണം വാങ്ങുന്നതെങ്ങനെ എന്ന് വാചാലനായി.

ബാപ്പയുടെ ബാല്യകാല സുഹൃത്ത്.

എന്നിട്ടും ബാപ്പ നേരത്തെ പോയി.

"അരങ്ങിൽ നിന്നൊഴിയേണമുടൻ ശരിയായ് കളി തീർത്ത നട്ടുവൻ."

എന്റെ ബാപ്പ അരങ്ങൊഴിഞ്ഞിട്ട് വർഷമൊരുപാടായി. ശരിക്കും കളി തീർത്തിരുന്നു. ശരിയായ ജീവിതത്തിന്റെ പരിസമാപ്തി.

നീണ്ട ഇടവേളയ്ക്കുശേഷം ജന്മനാടെത്തിയപ്പോൾ എനിക്ക് മേലാസകലം കുളിർ കോരിയിട്ടു. എന്റെ നാട് ഒരുപാട് മാറിയെങ്കിലും ചില നാട്ടുനന്മകൾ..... ഞങ്ങളുടെ വഴിയരികിലെ തൊട്ടാവാടിപോലെ അവിടവിടെയുണ്ട്. ഉണ്ണികുട്ടി വൈദ്യരുടെ മംഗളോദയം വൈദ്യശാല അരിഷ്ടമണം നാടാകെ പരത്തി എന്നെയും മറിയത്തെയും സ്വാഗതം ചെയ്തു.

ആ പഴയ മാവേലി സ്റ്റോർ....

പൊതുവിതരണ കേന്ദ്രം എന്ന നീല ബോർഡിൽ കരിമ്പൻ കുത്തുകൾ. ദൂരെ ചാലിയാറൊഴുകുന്നു. അങ്ങാടിയിലെ നാലും കൂട്ടിയ വഴികൾ. പൂളക്കാരൻ ഉസ്മാൻ. പച്ചക്കറിക്കടക്കാരൻ സേട്ടു. പന്തകലകത്തെ പലവ്യഞ്ജനക്കട. അതിന്റെ മേലെ ഫെഡറൽ ബാങ്ക്. പിറകിലെ മത്സ്യമാർക്കറ്റ്. പൂച്ചകൾ. കാക്കകൾ. കണ്ണ് കാണാത്ത രണ്ട് പാട്ടുകാർ, ഇല്ല ഒരു നാടിന്റെ കാവല്ക്കാർ. അതിന്റെ സ്ഥായിയായ മണങ്ങൾ. കൗതുകങ്ങൾ. എല്ലാറ്റിനും ഒരു ടച്ച് അപ്പ് മാത്രം.

ഉള്ളിൽ സംഗീതവും പുറത്ത് സംസ്കാരവുമുള്ള ഞങ്ങളുടെ വായനശാല ഒട്ടും അഹങ്കാരമില്ലാതെ അങ്ങാടിയുടെ കോണിൽ. ഞാനും മറിയവും വെറുതെ നടന്നു. ഞങ്ങളുടെ നീണ്ട അങ്ങാടിക്ക് ഞങ്ങൾ ഒരു കൗതുകമായി.

നാല്പത്തി മൂന്ന്

നേരിയ ഒരോർമ്മയേ ഉള്ളൂ.

എത്ര വർഷങ്ങൾക്ക് മുൻപായിരുന്നു. പത്താംക്ലാസിൽ പഠിച്ചിരുന്ന ആ അവധിക്കാലത്തായിരുന്നു ആ പാറക്കൂട്ടങ്ങൾക്ക് മേലെ വെച്ച് പതനപുരത്ത് ആലി എന്ന ഉമ്മുകുൽസുവിന്റെ പിതാവിനെ കണ്ടതും അയാളെന്നോട് ഒരു തൈതെങ്ങ് വെച്ചാൽ കരിക്ക് വെട്ടി കുടിക്കുമെന്ന് പറഞ്ഞതും ഞാനയാളെ ഭയന്ന് ഓടിയതും.

ആ പാറക്കൂട്ടങ്ങൾ ഇടിച്ച് നിരത്തിയിട്ടുണ്ട് ഇപ്പോൾ. പക്ഷേ, ആ പഴയ വന്യത ഉമ്മുകുൽസുവിന്റെ ചെറിയ വീട്ടിലേക്കുള്ള വഴിയിൽ പതിയിരിപ്പുണ്ട്.

ഞങ്ങളെത്തുമ്പോൾ വീടും പരിസരവും നിശ്ശബ്ദമാണ്. കൊലപാതകം നടന്ന ആ വീട് മിണ്ടാതെ നില്ക്കുന്നു.

മുൻവാതിൽ തുറന്ന് കിടക്കുന്നു.

ഞാനും മറിയവും സധൈര്യം അകത്തു കയറി. അകത്ത് ഓല കൊണ്ട് മറച്ചു കെട്ടിയ ചെറിയ മുറിയിൽ തുറിച്ച് നോക്കിക്കൊണ്ട് ഒരു പെൺകുട്ടി.

ഞങ്ങളെന്ത് ചോദിച്ചിട്ടും അവൾ മിണ്ടിയില്ല.

ഉമ്മുകുൽസുവിന്റെ മകൾ.

പതനപുരത്ത് ആലിയുടെ മകൾ.

ബുദ്ധിമാന്ദ്യമുള്ള കുട്ടിയായിരുന്നു.

ബുദ്ധിമാന്ദ്യത്തിന്റെ പരന്ന മുഖമുള്ള ആ പെൺകുട്ടിക്ക് ഉമ്മുകുൽസുവിന്റെയോ ആലിയുടെയോ ഛായയില്ലായിരുന്നു.

അടുത്തെവിടെയും ഒരു മനുഷ്യരൂപത്തെപോലും ഞങ്ങൾ കണ്ടില്ല.

അവളുടെ തലയിൽനിന്നും പേനുകൾ നെറ്റിയിലേക്കും കാതിലേക്കും വീണു കിടപ്പുണ്ടായിരുന്നു. കൈകൊണ്ട് മാടി ഞാൻ മുടി കെട്ടി വെച്ച് കൊടുത്തു. ഒന്നു കുളിപ്പിച്ച് കൊടുക്കാൻ കിണറ്റിൻകരയിൽ ബക്കറ്റോ കയറോ ഒന്നുമില്ലായിരുന്നു. ചെളിപിടിച്ച പാവാടയുടെ പിന്നാമ്പുറത്ത് രക്തക്കറ വൃത്തം വരച്ചിരുന്നു.

അവളുടെ കൈ പിടിച്ച് നീണ്ട തെങ്ങിൻ തോപ്പിലൂടെ പാറക്കെട്ടിന്റെ അരികിലൂടെ ഞാനും മറിയവും പുഴയിലേക്ക് നടന്നു. എനിക്ക് മറിയത്തെപ്പോലെ ഒരു സുഹൃത്തുണ്ടായത് മഹാഭാഗ്യമാണ്. പുഴ കണ്ടതും ഉമ്മുകുൽസുവിന്റെ മകൾ വല്ലാതെ ഭയപ്പെടുന്നതുപോലെ തോന്നി. അവൾ ഉച്ചത്തിൽ ശബ്ദമുണ്ടാക്കി കരഞ്ഞു.

നാല്പത്തി നാല്

സിത്താരയുടെ കാലിൽ അയാൾ വീണു കിടന്നുവത്രെ. ഒടുവിൽ അയാളെന്റെ കാൽച്ചുവട്ടിലെത്തുമെന്ന് സിത്താര ഞങ്ങളുടെ പെൺ സദസ്സിൽ പറയുമായിരുന്നു.

ചെയ്തുപോയ തെറ്റുകൾക്ക് അയാൾ ഒരു കുട്ടിയെപ്പോലെ കരഞ്ഞു. സിത്താരയുടെ കാൽച്ചുവട്ടിൽ. മക്കൾ രണ്ടും വലുതായിരുന്നു. രണ്ട് തരം എഞ്ചിനീയർമാർ. രണ്ടാമത്തവൻ അമ്മയോട് പറഞ്ഞ് പറമ്പും വീടും വിറ്റോ എന്ന് ചോദിക്കാനാണ്. അച്ഛന്റെ നാല്പതുസെന്റ് പറമ്പും പിന്നെ അമ്മ അവനെ തൂക്കിയെടുത്ത് കൊണ്ടുവന്ന തറവാട് വീടും. ഇപ്പോൾ അതിന് നല്ല വില കിട്ടും. അവിടെ വേണമെങ്കിൽ ഒരു പഞ്ച നക്ഷത്ര ഹോട്ടൽ പണിയാം.

കാലത്തിനപ്പുറത്തേക്ക് പക്ഷേ, ചിന്തിക്കാൻ സിത്താരയിലെ ഭാര്യക്ക് ആവുമായിരുന്നില്ല. അവളുടെ മടിയിൽ കിടന്ന് അവരുടെ അച്ഛൻ അന്ന് സുഖമായുറങ്ങി.

നാല്പത്തി അഞ്ച്

ഏതു ദുഃഖമുണ്ടാകുമ്പഴും നസ്രീൻ നന്നായി വസ്ത്രധാരണം നടത്തുമായിരുന്നു. പക്ഷേ, ഇത്രയും വിവശയായി അവളെ ഞാനൊരിക്കലും കണ്ടിട്ടില്ല.

ഞാൻ നല്ലൊരു ശ്രോതാവായി.

അവൾ പറഞ്ഞ് കൊണ്ടിരുന്നു.

ഒരുകാര്യം ഉറപ്പ്. അവൾ സത്യം മുഴുവൻ പറഞ്ഞില്ല. മുഴുവൻ സത്യങ്ങളും ആർക്കും ആരോടും പറയാൻ കഴിയില്ലേ? അവളുടെ ഭർത്താവ് കൊണ്ട് കൊടുക്കാറുണ്ടായിരുന്ന ചെളിപിടിച്ചതും ചൊറിപിടിച്ചതും വെളുത്തതും കറുത്തതുമായ നോട്ടുകളുടെ കണക്കുകൾ അവൾ എല്ലാ രാത്രിയിലും എഴുതിവെക്കാറുണ്ടായിരുന്നു.

പണമുണ്ടാക്കാനുള്ള വ്യഗ്രതയിൽ ഒരിക്കലും അയാൾ അത് എണ്ണി നോക്കുകയോ തിട്ടപ്പെടുത്തുകയോ ചെയ്തിരുന്നില്ല. എല്ലാം ബാങ്ക് അക്കൗണ്ടിൽ ഭദ്രമെന്ന് അയാൾ മന്ദഹസിച്ചു. മരുന്നുകമ്പനികളും അയാളും തമ്മിലുള്ള ബന്ധത്തിൽ പിറന്ന ആ മെഡിക്കൽ സ്റ്റോറിലെ വെറുമൊരു പയ്യനും നസ്രീനും തമ്മിലുള്ള അടുപ്പം ക്രമേണ സാമ്പത്തികത്തിന്റെ തിരിമറികൾ.

സ്വന്തമൊരു മെഡിക്കൽ സ്റ്റോർ. അതിന്റെ മൂലധനം. കടമായിട്ടു മതി. മന്ദഹാസത്തിന്റെ ചില അക്കൗണ്ടുകൾ സീറോ ബാലൻസിലേക്ക്.

യാതൊരു പേപ്പറുമില്ലാത്ത കടങ്ങൾ.

സാക്ഷിയില്ലാത്ത കൊടുക്കലുകൾ.

പാവം നസ്രീൻ പറ്റിക്കപ്പെടുകയായിരുന്നു.

എത്ര ഡൈ തേച്ചിട്ടും വെളുത്തു പോകുന്ന മുടിച്ചുരുളുകളെ അവൾ തട്ടമിട്ടു മൂടി വെച്ചു.

മോയ്സ്ചറൈസ് ക്രീമുകളെ പരാജയപ്പെടുത്തി കൈയിലും കാലിലും മൊരി നിറഞ്ഞു.

ബ്യൂട്ടിപാർലറുകൾക്ക് അവളുടെ മധുരയൗവനം മടക്കിക്കൊടുക്കാൻ കഴിഞ്ഞില്ല. അകത്ത് പിടിമുറുക്കുന്ന 'പഞ്ചസാര' യുടെ ആധിക്യം പുറത്ത് അവളെ മധുരമില്ലാത്തവളാക്കി.

അവൾ വിവശയായി.

നഷ്ടപ്പെട്ടുപോയ ശരീരവും പണവും. അവൾക്കു ഭ്രാന്ത് വരുമോ എന്ന് എനിക്ക് സന്ദേഹിക്കാതെ വയ്യ.

നാല്പത്തി ആറ്

ഞാനും മറിയവും ആലീസും ചേർന്നാണ് അവനെ കാണാൻ പോയത്. അവന് ഞങ്ങളെ യാതൊരു പരിചയവുമില്ല. മൂന്ന് മദ്ധ്യവയസ്കകളായ സ്ത്രീകൾ. അവന് ഞങ്ങളെ കൗതുകപ്പെടേണ്ട കാര്യമില്ല.

എങ്കിലും ഞങ്ങൾ നന്നായി അണിഞ്ഞൊരുങ്ങി. ആലീസിന്റെ ഭർത്താവ് ടൂറിലായിരുന്നതിനാൽ അയാളുടെ കറുത്ത കാർ. ഞങ്ങൾ ആഡംബരത്തോടെ അതിൽ ചെന്നിറങ്ങി. പണത്തിൽ കണ്ണഞ്ചുന്ന അവൻ പുതിയ മെഡിക്കൽ സ്റ്റോറിന്റെ ശീതീകരിച്ച മുറിയിൽ ഒരു രാജകുമാരനെപ്പോലെ ഇരിപ്പുണ്ടായിരുന്നു.

മറിയത്തിന്റെ കൈയിലുണ്ടായിരുന്ന ചെറുതെങ്കിലും വില കൂടിയ ലാപ്ടോപ്പിൽ ഞങ്ങൾ അവനെ പുതിയ 'പ്രോജക്ട്' പരിചയപ്പെടുത്തി.

ആലീസിന്റെ ഇംഗ്ലീഷ് കേട്ട് ഞാൻ അത്ഭുതപ്പെട്ടു. അവൾ ഇടയ്ക്കിടയ്ക്ക് എന്തോ നിലത്ത് വീണ മട്ടിൽ അവളുടെ നീല ഞരമ്പുള്ള നേരിയ രോമത്തേരോട്ടമുള്ള കണങ്കാൽ അവന് മുന്നിൽ പ്രദർശിപ്പിച്ച് കൊണ്ടിരുന്നു.

അവന്റെ ശ്വാസം ഉയർന്ന് താഴുന്ന ശബ്ദവും ഞങ്ങൾ വ്യക്തമായും കേട്ടു.

മറിയം ഫോണിൽ "എം എൽ എ യു"മായി സംസാരിച്ചു.

ഇടയ്ക്കവൾ പൊട്ടിച്ചിരിച്ചു. ഇവർക്ക് രണ്ട് പേർക്കും അഭിനയത്തിനുള്ള സ്റ്റേറ്റ് അവാർഡ് കിട്ടുമെന്ന് ഞാൻ ഭയന്നു.

അവൻ വച്ചുനീട്ടിയ അഡ്വാൻസ് ആലീസ് വേണ്ടെന്ന് പറഞ്ഞു. പകരം ഹോട്ടൽ മിറിൻഡായിൽ ഫുൾ കാഷുമായി വരണമെന്ന് അന്ന് ആലീസിന് മാത്രമേ വരാനൊക്കൂ എന്നും അവൾ മനോഹരമായി ചിരിച്ച്

കൊണ്ട് പറഞ്ഞ് വെച്ചു.

ചിലർക്ക് മാത്രം സാദ്ധ്യമാവുന്ന ആ ഗൂഢമന്ദഹാസം അവന്റെ മുഖത്ത് കാണപ്പെട്ടു. ഞങ്ങൾ കൊടുത്ത വിസിറ്റ് കാർഡിന്റെ തിളക്കം കണ്ട് അവനൊന്ന് കണ്ണഞ്ചിയോ?

ആലീസിന്റെ ഭർത്താവിന്റെ ടൂർ സഞ്ചിയിൽനിന്നും അവൾ തപ്പിയെടുത്ത ഇസബെല്ല ഗ്രൂപ്പിന്റെ വിസിറ്റ് കാർഡുകളിൽനിന്നും പ്രേമപൂർവ്വം ഒന്നെടുത്താണ് ഞങ്ങൾ അവന് നല്കിയത്. ബാക്കിയുള്ളവ അവൻ കാൺകെ തന്നെ ആലീസ് അവളുടെ കൈയിലുള്ള ചെമ്മരിയാടിന്റെ തോലുകൊണ്ടുണ്ടാക്കിയ ബാഗിൽ നിക്ഷേപിച്ചു.

ഞങ്ങൾ നിതംബം അവന്റെ മേൽ മുട്ടത്തക്കവിധം മുറിയിലൂടെ അനുഭവമുള്ളവർക്ക് കരുത്ത് കൂടുമെന്ന് അവനെ വിശ്വസിപ്പിച്ച് പുറത്തിറങ്ങി. അവന്റെ നോട്ടത്തിൽനിന്നും ഏറെ അകന്നുമാറി എന്നുറപ്പായപ്പോൾ ഞങ്ങൾ പൊട്ടിച്ചിരിച്ചു.

നാല്പത്തി ഏഴ്

ഗിരിജ ഹൈദ്രാബാദിൽനിന്നും വരുന്നു.

ഞങ്ങൾക്കവളുടെ കുഞ്ഞിനെ കാണാൻ ധൃതി ആയി. നസ്രീൻ ഉറക്കഗുളിക കഴിച്ച് ഉറങ്ങുന്നത് കാരണം ഉണരാൻ വൈകുമെന്ന് പറഞ്ഞിരുന്നു.

സിത്താരയുടെ ഭർത്താവ് നാഷണൽ ഹോസ്പിറ്റലിൽ അഡ്മിറ്റാണ്. പ്രാകിക്കൊണ്ട് ആൺമക്കളും.

പിന്നെ അവശേഷിക്കുന്നത് ഞങ്ങൾ മൂന്നുപേരാണ്. റെയിൽവേ സ്റ്റേഷനിൽ തിരക്കിൽ ഗിരിജ. പഴയ പ്രസരിപ്പൊന്നുമില്ല. കൈയിൽ പ്രൊഫസറുടെ കുഞ്ഞ്. ഇല്ല പിറകിലാരുമില്ല. ആലീസ് ഓടിച്ചെന്ന് കുഞ്ഞിനെ വാങ്ങി.

ഗിരിജയുടെ ബാഗ് ഞാനെടുത്തു. മറിയം ചാവി കറക്കി തിരക്കിൽ വേഗം നടന്നു. ഞങ്ങൾ പിറകിൽ.

മറിയം കാറെടുത്തു. ഗിരിജ മുൻപിലിരുന്നു. ഞാനും ആലീസും പിറകിൽ.

"എന്താ പടപ്പേ മുണ്ടാത്തത്?"

മറിയം യാതൊരു മുഖവുരയുമില്ലാതെയാണ് ചോദിച്ചത്.

"ആ വയസ്സൻ പ്രൊഫസറെ പിരിഞ്ഞതിലുള്ള സങ്കടമാണോ നെനക്ക്?" ആലീസ് ക്രൂരമായാണ് ചോദിച്ചത്.

ഗിരിജ ഒന്നും മിണ്ടിയില്ല. ഗിരിജയുടെ കുഞ്ഞ് കരഞ്ഞു. മുലകൊടുക്കുമ്പോൾ ഗിരിജയും കരഞ്ഞു. ഗിരിജയെപ്പോലൊരു ഫെമിനിസ്റ്റ് കരയുന്നു. ചരിത്രം തന്നെ മാറുന്നു.

നാല്പത്തി എട്ട്

ഉമ്മുകുൽസുവിന്റെ മകളെ കൊണ്ടു വന്നതിൽ പിന്നെ വീട്ടിൽ അസ്വസ്ഥതകളുടെ കടൽ. വയസ്സറിയിച്ച മന്ദബുദ്ധിക്കുട്ടിയെ വീട്ടിലാർക്കും ഇഷ്ടമില്ല.

"വേലിമെ കെടക്ക്ണ പാമ്പിനെ എടുത്ത് തോളിലിട്ടു."

എന്ന തരത്തിൽ പ്രയോഗങ്ങൾ. എന്റെ ആൺമക്കളും ഭർത്താവും സദാ അതിനെ കുറ്റപ്പെടുത്തി. ഇടയ്ക്കെല്ലാം അവൾ അവളുടെ ഉമ്മയെ വിളിച്ച് കരയും. ഒരു ദിവസം അവൾക്ക് ഉമ്മയെ കാണിച്ച് കൊടുക്കണം.

പാവം. ആരുമില്ലാത്തവർക്ക് ദൈവമുണ്ട്. പണ്ടൊക്കെ എന്റെ ബാപ്പ പറയാറുണ്ടായിരുന്നു. ദൈവത്തിന്റെ അദൃശ്യ സാന്നിദ്ധ്യം ഉമ്മുകുൽസുവിന്റെ മകളിൽ നിറയണേ എന്ന്. ഞാൻ ഉള്ളുരുകി പ്രാർത്ഥിക്കുന്നു.

ഞാൻ ഒരു തെറ്റും ചെയ്തിട്ടില്ല എന്ന് ഞാൻ സ്വയം ഉറപ്പിച്ചു പറഞ്ഞു. എന്റെ ഉറപ്പുകളായിരുന്നു എക്കാലത്തെയും എന്റെ ശക്തി. സഹതപിച്ചും മൂക്കത്ത് വിരൽ വെച്ചും മടങ്ങി പോരാൻ എനിക്കാവുമായിരുന്നില്ല.

നാല്പത്തി ഒൻപത്

ഹോട്ടൽ മിറിൻഡായിലേക്ക് ആലീസ് തനിച്ച് പോകണ്ട എന്ന് തീരുമാനിച്ചത് മറിയമായിരുന്നു. ഞങ്ങളും കൂടെ ചെല്ലാം. വിളിപ്പുറത്ത് ഞങ്ങളുണ്ടാവും.

ഞങ്ങൾ താഴെ വിസിറ്റേഴ്സ് റൂമിലിരുന്നു.

ഞങ്ങൾ രണ്ടു പേരും പർദ്ദയും മുഖ പടവും ധരിച്ച് വിലകൂടിയ ഇംഗ്ലീഷ് മാസിക മാന്യമായി മറിച്ച് നോക്കി കാലിൽ കാൽ ഉയർത്തി വെച്ച് പരസ്പരം സംസാരിക്കാതെ ഇരുന്നു.

ആലീസ് ലിഫ്റ്റ് കയറി. ലിഫ്റ്റിലെ കണ്ണാടിയിൽ. ഇല്ല. ചന്തം തീർന്നു പോയിട്ടില്ല.

നസ്രീനുമായി അവൻ പങ്കിട്ട ദിവസങ്ങളിലും അവൾ സംതൃപ്തയായിരുന്നോ? എല്ലാം മറന്ന് ഉരുകിത്തീരാൻ ഒരു സ്ത്രീക്ക് സാദ്ധ്യമാവുമോ? വന്യമായ ഒരു പ്രതികാര സുഖം. സ്നേഹം നിഷേധിക്കപ്പെടുന്നിടത്ത് അത് കിട്ടാനുള്ള ഉൽക്കടമായ ഒരു ശ്രമം. അത് മാത്രമല്ലേ ഈ അൻപതാം വയസ്സിലും നസ്രീൻ നടത്തിയിട്ടുണ്ടാവുക?

തന്നേക്കാളും പതിനഞ്ച് വയസ്സ് ഇളപ്പമുള്ള ഒരു യുവാവുമായി....

താൻ പ്രണയത്തിലാണെന്ന് അവൾ മുറ്റത്തെ ഓരോ കുഞ്ഞുപൂവിനോടും പറഞ്ഞിരിക്കില്ലേ?

നോട്ടുകളെണ്ണി തളർന്ന് അതിന്റെ കണക്കുകൾ എഴുതി വെച്ച് കിട

പ്പുമുറിയിൽ എത്തുമ്പോൾ അവൾ കേട്ടിരുന്ന കൂർക്കംവലിയിലേക്ക് തിരിഞ്ഞ് നടന്ന് വർഷങ്ങളിലെപ്പോഴെങ്കിലും അവൾക്ക് ഒരു ജീവിതം. സ്നേഹത്തിന്റെ ഒരു കീറ് ആകാശം, ഇത്രയുമല്ലേ നസ്രീൻ കൊതിച്ചിട്ടുണ്ടായിരുന്നത്? എന്നിട്ടവളെ ചിരിച്ച് കൊണ്ട് പറ്റിച്ച്...

ഇല്ല നിന്നെ ഞാൻ വിടില്ല.....

ആലീസ് മുറിയുടെ കാളിങ് ബല്ലിൽ വിരലമർത്തി. അകത്ത് നേരിയ മണികിലുക്കം. മുറിയിൽ പ്രസന്നവദനനായി നസ്രീന്റെ കാമുകൻ. ഒറ്റ അടി വെച്ച് കൊടുക്കാനാണ് ആലീസിന് ആദ്യം തോന്നിയത്. പക്ഷേ, അവൾ ചിരിച്ച് കൊണ്ട് അവനെ അഭിവാദ്യം ചെയ്തു. അവന്റെ കൈ പിടിച്ചമർത്തി.

“മാം ഇരിക്കൂ....” ഓ എത്ര വിനയാന്വിതൻ. ആലീസ് ചുവന്ന സോഫയിൽ ഇരുന്നു. അവൻ തൊട്ടടുത്തിരുന്നു. ആലീസ് ഒരു തവണ കൂടി ലാപ്ടോപ്പ് തുറന്നു. പ്രോജക്ടിന്റെ വിശദാംശങ്ങൾ ഇംഗ്ലീഷിൽ തന്നെ പറഞ്ഞു. ചിലതൊന്നും അവന് മനസ്സിലായില്ല.

അവൻ അവളുടെ വിലയേറിയ പെർഫ്യൂമിന്റെ മണത്തിൽ അവളുടെ മുടിയിഴകൾ കറങ്ങുന്ന കാറ്റിൽ അവന്റെ മുഖത്ത് ഉമ്മ വെക്കുന്നതിനെ ആവാഹിക്കുകയായിരുന്നു.

കരാറൊപ്പിട്ടു.

ബാങ്ക് ചെക്കുകളൊപ്പിട്ടു.

ഒരു മാസ്മരികതയിൽ അഞ്ച് ലക്ഷം രൂപയുടെ കെട്ടുകൾ അവൻ അവളുടെ മുടിയിലേക്കിട്ടു.

മുഴുവൻ തുകയുമുണ്ട് എന്ന് ഇളനീർ കുടിക്കുന്ന ഒരു ദാഹാർത്തിയെപ്പോലെ പറഞ്ഞു. അവനെ കൊതിപ്പിച്ചുകൊണ്ട് അവൾ പതുക്കെ എഴുന്നേറ്റു. പണം അവളുടെ ബാഗിൽ വെച്ചു. ലാപ്ടോപ്പ് കൈയിലെടുത്തു.

മറ്റൊരിക്കൽ നമുക്ക് കാണണ്ടേ എന്നവൾ പ്രണയ പരവശയായ്. ഇസബെല്ല ഗ്രൂപ്പിന്റെ പുതിയ ഒരു വിസിറ്റ് കാർഡുകൂടി അവൾ അവന് നല്കി. ഞൊടിയിടയിൽ വാതിൽ തുറന്നവൾ പുറത്തിറങ്ങി.

താഴെ മറിയവും ഞാനും അക്ഷമരായിരുന്നു. മുകളിൽനിന്നും താഴേക്ക് ലിഫ്റ്റിൽ വന്ന ആലീസിന് പിന്നാലെ ഞങ്ങളും നടന്നു. കാറിലിരുന്ന് ഞങ്ങൾ പൊട്ടിച്ചിരിച്ചു.

“മുള്ളിനെ മുള്ള് കൊണ്ട് എടുക്കാൻ പഠിക്കണം.” ഏതോ ചെറിയ ക്ലാസിൽ ചെറുതായി കേട്ട ആ പഴഞ്ചൊല്ല് ഏതോ വലിയ ക്ലാസിൽ വലുതായി കേട്ട ആ ഫിലോസഫി....... ഞങ്ങൾ സ്വായത്തമാക്കിയിരുന്നു.

ഞങ്ങൾ മുള്ളിനെ മുള്ളുകൊണ്ട് എടുത്തിരിക്കുന്നു. ഞങ്ങളുടെ നസ്രീന്റെ ഭർത്താവ് പകലും രാത്രിയും രോഗികളെ പരിശോധിച്ച് പരി

ശോധിച്ച് ചേർത്തു വെച്ച നോട്ടുകെട്ടുകൾ ഇതാ ആലീസിന്റെ ബാഗിൽ ഉറങ്ങുന്നു.

ചെക്കുകൾ ഇന്ന് തന്നെ പിൻവലിക്കണ്ട എന്ന് മറിയം പറഞ്ഞു. അത് ഒരുപക്ഷേ, അവനിൽ സംശയം ഉണ്ടാക്കിയേക്കും.

അൻപത്

സിത്താരയുടെ ഭർത്താവ് മരിച്ചു.

അവൾക്ക് വലിയ ബാദ്ധ്യതകളുണ്ടാക്കിക്കൊണ്ട്. അവളുടെ മക്കൾ അവളെ ഒരുപാട് പഴിച്ചു. കിട്ടിന പണം മുഴുവൻ ധൂർത്തടിച്ചും കുടിച്ചും പരസ്ത്രീകൾക്ക് കൊടുത്തും ഒടുവിൽ നിങ്ങൾക്ക് ആട്ടിപ്പായിക്കാമായിരുന്നില്ലേ?

അതോ വയസ്സുകാലത്ത് നിങ്ങൾക്ക് വല്ല....?

വാക്കുകൾ അതിരു കവിഞ്ഞു.

അഗ്നിസാക്ഷിയായി താലി കെട്ടിയ പുരുഷൻ. അയാളുടെ പാതിവ്രത്യമില്ലായ്മക്കു തന്നെയും പാതിവ്രത്യമില്ലാത്തവളാക്കിയത്?

ഇല്ല കുറ്റബോധത്തിന് യാതൊരു ഇടയുമില്ല. പുറം ലോകത്തിന് സിത്താര നല്ല ഭാര്യയായി. ഭർത്തൃധർമ്മം നിറവേറ്റി. താനിരിക്കെ ഭർത്താവ് മരിച്ചു. നല്ല മരണം. ഭർത്തൃശുശ്രൂഷയിൽ ഏർപ്പെട്ട നീണ്ട ആറ് മാസക്കാലം ലീവുകളൊക്കെ തീർന്നു.

അയാൾക്ക് വേണ്ടി വാങ്ങിയ കടം.

മക്കൾക്ക് വേണ്ടി വാങ്ങിയ കടം.

ഒറ്റയ്ക്ക് വീട്ടിയേ മതിയാവൂ. ഈ തോണി മറുകരയെത്തുംവരെ ഒറ്റയ്ക്ക് തുഴഞ്ഞേ മതിയാവൂ. സിത്താര ഉറച്ചു. അവൾക്ക് വല്ലാത്തൊരു ധൈര്യം തോന്നി. അന്ന് രാത്രി അവൾ സുഖമായുറങ്ങി. ആശുപത്രിയുടെയോ മരുന്നിന്റെയോ മണമില്ലാതെ....

പിറ്റേന്ന് അവൾ നേരത്തെ എഴുന്നേറ്റു. കുളിച്ചൊരുങ്ങി. നീണ്ട അവധിക്ക് ശേഷം ഓഫീസിലെത്തി.

ഭർത്താവ് മരിച്ച് പിറ്റേദിവസം തന്നെ അവൾ ജോലിക്കെത്തിയപ്പോൾ എന്തേ ജനം അസ്വസ്ഥമാവുന്നു. അവൾ അത് പ്രതീക്ഷിച്ചിരുന്നു. അവൾ സീറ്റിൽ ചെന്നിരുന്നു. ഫയൽ കൂമ്പാരത്തിലേക്ക് മുഖം പൂഴ്ത്തി.

പഴമയുടെ മണമുള്ള ഫയലുകളിൽനിന്നും വാൽമുട്ടകൾ പുറത്ത് ചാടി. വെള്ളി നിറത്തിൽ അവ ഓടിപ്പോയി.

സിത്താരയ്ക്ക് ഞങ്ങളെ കാണാൻ തോന്നിയിരുന്നു അപ്പോഴെന്ന് അവൾ പിന്നീട് ഞങ്ങളോട് പറഞ്ഞിരുന്നു.

അൻപത്തി ഒന്ന്

എന്റെ പഴയ സുഹൃത്ത് ലക്ഷ്മി എന്ന് പേരുള്ള കമലം എന്ന് ഞാൻ വിളിച്ചിരുന്ന തലയിൽ പഴയ സാധനങ്ങൾ നിറച്ച ചാക്കും കൈയിൽ ഒരു വട്ടി നിറയെ മുല്ലപ്പൂവും. ഒക്കത്ത് കണ്ണൻ എന്ന മകനെയും വഹിച്ച് വന്നിരുന്ന ലക്ഷ്മി വൃദ്ധയായി കരുവാളിച്ച് എന്റെ വീട്ടിൽ വന്നു.

തലയിൽ ആക്രിച്ചാക്കോ കൈയിൽ മുല്ലപ്പൂവോ ഒക്കത്ത് മകനോ ഇല്ലാതെ. ലക്ഷ്മി ലക്ഷ്മി മാത്രം.

എന്റെ കൂടെ സിറ്റൗട്ടിൽ അവൾ നിലത്തിരുന്നു. തല താഴ്ത്തിയിരുന്നവൾ കരഞ്ഞു. അവളുടെ കരച്ചിലിന് ഭാഷാഭേദങ്ങളില്ലായിരുന്നു. തമിഴ് സ്ത്രീയുടെയും മലയാളി സ്ത്രീയുടെയും കണ്ണുകൾ ഒരേ കാരണംകൊണ്ട് നിറഞ്ഞു.

“ലക്ഷ്മി പറയൂ വിശേഷങ്ങൾ...?”

“ഒന്നുമില്ലൈ.... ഒന്നുമില്ലൈ””

മകനിപ്പോൾ അച്ഛനേക്കാൾ വലിയ കള്ളുകുടിയനായെന്നും അവന്റെ അച്ഛൻ മരിച്ചുപോയെന്നും ലക്ഷ്മി പറഞ്ഞു. അവന്റെ അച്ഛനെക്കൊണ്ട് ലക്ഷ്മിക്ക് ശാരീരിക ഉപദ്രവം ഉണ്ടായിരുന്നില്ല. പക്ഷേ, മകനെ കൊണ്ട് അതും ഉണ്ട്. ഈ ഭൂമിയിൽ ലക്ഷ്മിക്ക് ഒരു തരി മണ്ണോ പൊന്നോ ഇല്ല. ഈ മെലിഞ്ഞുണങ്ങിയ ശരീരം മാത്രമേ ഉള്ളൂ. ലക്ഷ്മിയുടെ തേങ്ങൽ നിലയ്ക്കുന്നില്ല.

അകത്തുനിന്നും ഉമ്മുകുൽസുവിന്റെ മകൾ ചിരിച്ചുകൊണ്ട് വന്നു. ലക്ഷ്മിയുടെ അടുത്തിരുന്നു. അവൾ ലക്ഷ്മിയെതന്നെ ഏറെനേരം നോക്കിയിരുന്നു. എന്നിട്ട് പതുക്കെ വിളിച്ചു.

“ഉമ്മാ”

ലക്ഷ്മിക്ക് ഒന്നും മനസ്സിലായില്ല എങ്കിലും ഉമ്മുകുൽസുവിന്റെ മകളുടെ കൈ പിടിച്ച് അതിൻമേൽ അവൾ ഉമ്മവെച്ചു. ഞാൻ നോക്കിയിരിക്കെ ഉമ്മുകുൽസുവിന്റെ മകൾ ലക്ഷ്മിയുടെ അരികിലേക്ക് കുറേക്കൂടി ചേർന്നിരുന്ന് ചിരിച്ചു. അവളുടെ വായയിൽനിന്ന് മഞ്ഞ നിറമുള്ള കൊഴുത്ത വെള്ളം ലക്ഷ്മിയുടെ കൈയിലേക്ക് വീണു. ലക്ഷ്മി യാതൊരുറപ്പുമില്ലാതെ മുഷിഞ്ഞ സാരിയുടെ അറ്റംകൊണ്ട് അത് തുടച്ചു. സ്നേഹത്തിന് ഭാഷാഭേദമോ ജാതീയതയോ ഇല്ല. അല്ലെങ്കിലും ഉമ്മുകുൽസുവിന്റെ മകളെ സംബന്ധിച്ചിടത്തോളം അവളേത് ജാതിയാണെന്നും ഏത് മതമാണെന്നും അവൾക്കറിഞ്ഞുകൂടായിരുന്നു.

അൻപത്തി രണ്ട്

നസ്രീനെ പണമേല്പിച്ച് തിരിച്ചുപോരുമ്പോൾ ഞങ്ങൾ അവളുടെ ഭർത്താവിനെ കണ്ടു. നര പൂർണ്ണമായ വെളുത്ത തല. പിറകിലെ സീറ്റിലിരുന്ന് അയാൾ ആരോടോ ഫോണിൽ ഉറക്കെ സംസാരിക്കുന്നു. ട്രാഫിക് ബ്ലോക്ക് തീർന്നു. വണ്ടി മുൻപോട്ട് പോകുമ്പോഴും അയാൾ ഉറക്കെ സംസാരിക്കുന്നത് ഞങ്ങൾക്ക് കാണാമായിരുന്നു. അംഗവിക്ഷേപങ്ങളോടെയുള്ള ഒരു തുപ്പൽ സംസാരം. പാവം നസ്രീൻ. അവളോടും അയാളിങ്ങനെയാണോ സംസാരിക്കുക?

ഒരിക്കൽ പോലും നസ്രീൻ ഞങ്ങളോട് അവളുടെ ഭർത്താവിനെ പറ്റി പറഞ്ഞിട്ടില്ല. അയാളുടെ ഗുണങ്ങളും ദോഷങ്ങളും പറഞ്ഞിട്ടില്ല. അല്ലെങ്കിലും ആരാണ് ഞങ്ങൾക്കിടയിൽ സ്വന്തം ഭർത്താക്കന്മാരെപ്പറ്റി പറഞ്ഞവർ? എല്ലാം ഞങ്ങൾ ഊഹിക്കുകയായിരുന്നില്ലേ?

ഗിരിജ പറയാറുണ്ട്.

ആരാണ് സ്ത്രീയുടെ ശത്രു? പുരുഷനാണോ? ഒരിക്കലുമല്ല. പിന്നെ ആരാണ്? ഈ പുരുഷ കേന്ദ്രീകൃത വ്യവസ്ഥ. അതിനെതിരെയാവണം സമരം. അല്ലാതെ പുരുഷനെതിരെയല്ല. പുരുഷനാണ് സ്ത്രീയുടെ ശത്രുവെങ്കിൽ കേരളത്തിലെ ആദ്യത്തെ ഫെമിനിസ്റ്റ് ആരാണെന്നറിയുമോ? വി ടി ഭട്ടതിരിപ്പാടാ.... അന്തർജ്ജനങ്ങൾ അരങ്ങിലേക്ക് വന്നില്ലേ? അവർ മറക്കുട വലിച്ചെറിഞ്ഞില്ലേ? ഘോഷ ബഹിഷ്കരിച്ചില്ലേ? അത് ഒരു വി ടി ക്ക് സാദ്ധ്യമായില്ലേ?

എത്ര ദിവസമായി ഗിരിജയെ കണ്ടിട്ട്.

അവൾ ഞങ്ങളിൽനിന്നും എന്താണ് മറച്ചുവെക്കുന്നത്? ഹൈദ്രാബാദിൽനിന്നും അവൾ കൊണ്ടുവന്ന മൗനം അന്ന് അവൾ വീടെത്തുവോളം തുടർന്നിരുന്നു.

"ഗിരിജയെ കാണണം." ഞാൻ മറിയത്തോട് പറഞ്ഞു. മറിയം പതിവില്ലാതെ എന്തോ ഒഴിവ് കഴിവ് പറഞ്ഞ് ഒഴിഞ്ഞുമാറി.

ഞാൻ തനിച്ച് ഗിരിജയെ കാണാൻ ചെന്നു. ഓട്ടോ ഇറങ്ങി പതുക്കെ നടന്നു പോകുമ്പോൾ എന്നെ ചുട്ടുപൊള്ളിച്ചൊരു മുട്ടുവേദന വന്നു. എന്റെ കാൽമുട്ടുകൾ എന്നോടൊരു പരിചയവും കാണിക്കുന്നില്ല. ദുഷ്ടന്മാർ. ഗിരിജയുടെ വീടിന്റെ ഉമ്മറത്ത് ഞാനിരുന്നു.

എത്ര തവണ വിളിച്ചിട്ടും ഗിരിജ വാതിൽ തുറക്കുന്നില്ല. ഞാൻ ഏന്തി വലിഞ്ഞ് വാതിലിന്റെ അടുത്തെത്തി.

വീട് പൂട്ടിയിരിക്കുന്നു.

ഞങ്ങളോടാരോടും ഒരു യാത്രപോലും പറയാതെ ഗിരിജ നാടുവിട്ടിരിക്കുന്നു. ഞങ്ങളിലെ ധൈര്യമുള്ള പെൺസുഹൃത്ത് എങ്ങോട്ടോ രക്ഷപ്പെട്ടിരിക്കുന്നു.

അൻപത്തി മൂന്ന്

കടം വാങ്ങി കടം വാങ്ങി കുമുദം നല്ല കടക്കാരിയായതിൽ പിന്നെ പരദൂഷണം കേൾക്കാനുള്ള ഭാഗ്യം എനിക്ക് കുറഞ്ഞിരിക്കുന്നു. കുറച്ച് കാലം മുൻപെന്നെ കണ്ടപ്പോൾ അവളുടെ കടങ്ങളെല്ലാം അവളുടെ ഭർത്താവ് അവധിക്ക് വന്നപ്പോൾ വീട്ടിയെന്നും അവളുടെ ചാരിത്ര്യത്തെ പോലും അയാൾ സംശയിച്ചെന്നും പറഞ്ഞിരുന്നു.

പിന്നീടൊരിക്കൽ എന്നെ കണ്ടപ്പോൾ പൈസ കിട്ടിയിരുന്നെങ്കിൽ കുറച്ച് ആഭരണങ്ങൾ വാങ്ങാമെന്നും സ്വർണ്ണത്തിനിപ്പോൾ വില വളരെ കുറഞ്ഞിരിക്കുന്നുവെന്നും പറഞ്ഞിരുന്നു.

എന്റെ ആഭരണങ്ങൾ അവളിൽനിന്ന് മടക്കി കിട്ടാൻ ഞാൻ പലതവണ വിളിച്ചെങ്കിലും അവൾ ഫോണെടുക്കാതെയായി. യാദൃച്ഛികമായി കണ്ടുമുട്ടാനും ഞങ്ങൾ തമ്മിൽ സാദ്ധ്യമല്ലായിരുന്നു.

ഉമ്മുകുൽസുവിന്റെ മകൾ ചിത്രകഥാപുസ്തകങ്ങൾ മറിച്ച് നോക്കും. ആ ചിത്രങ്ങളും നിറങ്ങളും അക്ഷരത്തിന്റെ ലോകത്തേക്ക് അവൾക്ക് നടന്നെത്താൻ സാധിക്കുമെന്നെനിക്ക് തോന്നുന്നു. സദാസമയവും പുസ്തകം നിവർത്തി പിടിച്ചിരിക്കും.

ഒറ്റയ്ക്ക് കക്കൂസിൽ പോകാനും ഒറ്റയ്ക്ക് കുളിക്കാനും ഒറ്റയ്ക്ക് ഭക്ഷണം കഴിക്കാനും അവൾ പഠിച്ചിരിക്കുന്നു. അത് മതി. അവളെ സംബന്ധിച്ചിടത്തോളം അത് ധാരാളമായി. ബുദ്ധിമാന്ദ്യം വന്ന കുട്ടിയെ സംബന്ധിച്ചിടത്തോളം അത് അതിന്റെ ഉയർന്ന പടവാണ്. ജയിലിൽ കഴിയുന്ന അവളുടെ ഉമ്മയ്ക്കറിയില്ലല്ലോ അവൾ എന്റെ കൂടെയാണെന്ന്.

അൻപത്തി നാല്

നസ്രീന് ഉറക്കു ഗുളികയില്ലാതെ ഉറങ്ങാൻ സാദ്ധ്യമല്ല എന്നാണ് അവൾ പറഞ്ഞത്. പ്രശ്നങ്ങളിൽ ചെന്ന് ചാടാൻ എന്തെളുപ്പമാണ്. പക്ഷേ, അതിൽനിന്നും ഒരു കര കയറി വരാൻ എത്ര പ്രയാസവും. അവളുടെ ഭർത്താവിന് ഒന്നുമറിയില്ല.

'നസ്രീൻ നിനക്കെന്താണ് പറ്റിയത്' എന്ന് അവളുടെ പാറിപ്പറന്ന നരച്ച മുടിയൊതുക്കിക്കൊടുത്ത് അവളെ നെഞ്ചിൽ ചേർത്തുകിടത്തി ഒരിക്കലും അയാൾ ചോദിച്ചിട്ടില്ല.

അവൾക്ക് ഒരു വാക്ക് മതിയായിരുന്നു. അല്ലെങ്കിൽ ഒരു നോട്ടം. തീക്ഷ്ണമായ യൗവനത്തിൽപ്പോലും മധുരമില്ലാത്ത ഒരു പായസം പോലെയായിരുന്നു നസ്രീന്റെ ദാമ്പത്യം. അവളൊരിക്കലും ഒന്നും തുറന്ന് പറഞ്ഞിരുന്നില്ല. പക്ഷേ, അവളുടെ വലിയ കണ്ണുകൾ പല

പ്പോഴും വാചാലങ്ങളായിരുന്നു.

ഒരിക്കെ അവളുടെ കാമുകൻ ചെയ്ത ഒരു വൃത്തികേടിനെപ്പറ്റി അവളെന്നോട് പറഞ്ഞിരുന്നു. മൊബൈൽ ചെവിയോട് ചേർത്തുപിടിച്ച് അവൾ സംസാരിച്ച് കൊണ്ടിരുന്ന ഒരു മദ്ധ്യാഹനത്തിൽ അവൻ അവളുടെ ശബ്ദം കേട്ട് സ്വയം ഭോഗിച്ചിരുന്നുവത്രെ! കാമുകിയുടെ ശബ്ദം കേട്ട് പോലും ഭോഗിക്കാൻ കഴിയുന്ന പുരുഷനെ... അവൻ തന്നെയാണത്രെ കിതച്ച് കൊണ്ട് നസ്രീനോട് അക്കാര്യം പറഞ്ഞത്. അത്രയും വിലകുറഞ്ഞ സംസാരമായിരുന്നോ നിങ്ങൾ തമ്മിൽ അപ്പോൾ സംസാരിച്ചിരുന്നത് എന്ന് ചോദിക്കാൻ എന്റെ സംസ്കാരം എന്നെ അനുവദിച്ചതേയില്ല.

ഏതായാലും എന്റെ നസ്രീൻ അവളുടെ ജീവിതത്തിൽ ഒരു പരാജിതയെപ്പോലെ ആയിത്തീർന്നു. എല്ലാ ജീവിതവും വിജയിക്കണമെന്നില്ലല്ലോ? ആഡംബരങ്ങൾക്കോ വിരുന്നുകാർക്കോ പണമില്ലാത്ത നസ്രീന്റെ കൊട്ടാര വീട്ടിൽ ഒരു ആഡംബരവസ്തുവോ ഒരു വിരുന്നുകാരിയോ ആയി നസ്രീൻ എന്ന എന്റെ സുഹൃത്ത്.

"ബന്ധുര കാഞ്ചന കൂട്ടിലാണെങ്കിലും
ബന്ധനം ബന്ധനം തന്നെ പാരിൽ"

വരികൾ ശരിയാണോ? ഓർമ്മ കിട്ടുന്നില്ല.

ആലീസിനോട് ചോദിക്കാമെന്നു വെച്ചാൽ ആലീസിപ്പോൾ വിവാഹമോചനത്തിന് കേസു കൊടുത്തു എന്ന് മാത്രമല്ല ഭർത്താവിൽനിന്ന് സ്വത്തിന്റെ പകുതി കിട്ടാനും കേസ് ഫയൽ ചെയ്തിരിക്കുകയാണ്. അയാളുടെ പരസ്ത്രീഗമനം അയാൾ തന്നെ അംഗീകരിച്ച സ്ഥിതിക്ക് വിവാഹമോചനത്തിന് അയാളും ആഗ്രഹിക്കുന്ന സ്ഥിതിക്ക് ഒന്നും തടസ്സമുണ്ടാവില്ല എന്നാണ് ആലീസ് പറയുന്നത്.

"അതു വേണ്ടായിരുന്നു ആലീസ്.

വേണ്ടായിരുന്നു." ഞാനെന്റെ മെലിഞ്ഞ ശബ്ദത്തിൽ അവളോട് പറഞ്ഞതാണ്.

"വേണം." അവൾ എന്നോട് ദേഷ്യപ്പെട്ടു. എങ്കിൽ പിന്നെ ആലീസിന്റെ ഇഷ്ടം. അന്ന് പിരിഞ്ഞതിന് ശേഷം ഞാനവളെ കണ്ടിട്ടില്ല. ഇടയ്ക്കുള്ള ഫോൺവിളികളും കുറഞ്ഞിരിക്കുന്നു. പണ്ട് മറിയം എഴുതിയത് പോലെ ഈ വിജനതയിൽ ഞാൻ തനിച്ചാകുമോ?

മഴയ്ക്ക് വേണ്ടി കുറഞ്ഞ മേഘങ്ങൾ ആകാശത്ത് ഉരുണ്ട് കൂടി. കാറ്റ് വൃക്ഷത്തലപ്പുകളിൽ നൃത്തം വെച്ചു. എന്റെ സുഹൃത്തുക്കൾ വർഷങ്ങളുടെ നീണ്ട സൗഹൃദപ്പെരുമഴ കടന്ന് ഈ വാർദ്ധക്യത്തിൽ പല വഴി പിരിയുന്നുവോ?

സിത്താരയ്ക്ക് ഭാരിച്ച കടങ്ങൾ വീട്ടാനുള്ളത് കാരണം ഓഫീസ് സമയം കഴിഞ്ഞും ഇംഗ്ലീഷ് മീഡിയത്തിലെ കുട്ടികൾക്ക് വീട്ടിൽ ചെന്ന്

മലയാളം ട്യൂഷനെടുക്കുന്നു. മക്കൾ രണ്ടുപേരും ഓസ്ട്രേലിയയിൽ കുടുംബത്തോടൊപ്പം സസുഖം ജീവിക്കുമ്പോൾ എന്തുകൊണ്ടോ അവർ അമ്മയെ മറന്നുപോയി.

ഈ വാർദ്ധക്യത്തിന്റെ ഭീതിദമായ കാലത്ത് സിത്താരയും തനിച്ച് ജീവിതത്തെ നേരിടുന്നു. ഒന്നോ രണ്ടോ വാചകത്തിൽ എഴുതി തീർക്കാൻ സാദ്ധ്യമല്ല ഓരോ പെൺജന്മവും. അതിന്റെ വ്യാസവും പരപ്പും എല്ലാ അളവുകോലുകളെയും ലംഘിക്കുന്നു. നിറയെ ചുഴിയും അലയും തീർത്ത ഒരു സമുദ്രം പോലെ അത് തിരകളിൽനിന്നും തിരകളിലേക്ക് പൊയ്ക്കൊണ്ടിരിക്കുന്നു.

അൻപത്തി അഞ്ച്

ഞാനെന്റെ ജീവിതത്തിലൂടെ ഒഴുകിത്തീർന്നു പോകുന്ന ഓരോ പെൺ ജന്മത്തെയും എന്റെ വായനക്കാരുമായി പങ്കുവെക്കുന്നു. എല്ലാവർക്കും വ്യത്യസ്തമായ കഥകളാണെങ്കിലും എല്ലാവരുടെ ഭാവവും ഒന്ന്. എല്ലാവരും ഒരേ മുഖമുള്ളവർ. പണ്ട് ഞാൻ പരിചയപ്പെടുത്തിയ ഓരോരുത്തരും ഇപ്പോൾ എന്തായി എന്നൊരു ജിജ്ഞാസ എനിക്കുമുണ്ട്. അത് കൊണ്ടുതന്നെയാണ് ഈ അറുപതാം വയസ്സിൽ എന്റെ കാല് വേദനയ്ക്കും പുറം വേദനയ്ക്കും മദ്ധ്യേ ഞാനവരെയെല്ലാം അന്വേഷിക്കുന്നത്.

ഒന്നര വർഷത്തോളം ഒരേ കട്ടിലിൽ കിടന്ന് അന്യജീവികളെപ്പോലെ കഴിഞ്ഞിരുന്ന വൃന്ദയും പ്രേമദാസനും ദീർഘകാലം ഭാര്യാഭർത്താക്കന്മാരായി ജീവിക്കുകയും ഒരു മകനെ പിന്നീട് വൃന്ദ പ്രസവിക്കുകയും ചെയ്തു.

പ്രേമദാസനെ വൃന്ദയ്ക്ക് തിരിച്ച് കിട്ടാൻ കാരണം ഓരോ മാസവും വൃന്ദ കൂട്ടിവെച്ചിരുന്ന ശമ്പളം കൊണ്ടായിരുന്നത്രെ പ്രേമദാസന്റെ അമ്മയുടെ വൃക്ക മാറ്റിവെക്കൽ ശസ്ത്രക്രിയ നടത്തിയത്. ആ പണത്തിന്റെ ബലത്തിലാണ് പിന്നീട് പൊട്ടിപ്പോകാതെ ആ ദാമ്പത്യം അതിന്റെ പുഷ്പകാലത്തെ ഏറ്റുവാങ്ങിയത്.

സമീറയെപ്പറ്റി പറയാതെ ഈ നോവൽ പൂർത്തിയാവുകയേ ഇല്ല. ഊരുവിലക്കിന്റെ മഹാശാപംകൊണ്ട് സ്വന്തം ഉമ്മയുടെ മയ്യത്തുമായി വൈകുന്നേരംവരെ ഇരുന്ന സമീറയും സെലീനയും അറിയപ്പെടുന്ന നർത്തകിമാരായിത്തീരുകയും യുവജനോത്സവ നൃത്തവേദികളിൽ നല്ല വിധികർത്താക്കളായി തീരുകയും പുരോഗമന ചിന്തകരായ ഇരട്ട സഹോദരന്മാർ അവരെ വിവാഹം ചെയ്യുകയും മാത്രവുമല്ല അവരുടെ കലാക്ഷേത്രം പോലൊരു ഡാൻസ് സ്കൂൾ ഉമ്മയുടെ പേരിൽ തുടങ്ങാൻ

ആ നല്ല ഭർത്താക്കന്മാർ അവരെ സഹായിക്കുകയും ചെയ്തുവത്രെ!

അവരെ കണ്ടപ്പോൾ എനിക്ക് വല്ലാത്ത സന്തോഷം തോന്നി. ഊരുവിലക്കിന്റെ പേരിൽ അവർ ചിലങ്കകൾ അഴിച്ചുവെച്ചിരുന്നെങ്കിൽ സമ്പന്നരുടെ ഏതെങ്കിലും അടുക്കളപ്പുറത്ത് കരിപ്പാത്രങ്ങൾ പോലെ, കൈക്കല തുണികൾ പോലെ ആ രണ്ട് സഹോദരിമാരും തേഞ്ഞുതീരുമായിരുന്നു. സമ്പന്നത എപ്പോഴും അതാഗ്രഹിക്കുകയും ചെയ്യുമായിരുന്നു. ഈ ദരിദ്ര മുക്കോടിയെ അവരുടെ നിഴലാക്കി വെക്കാൻ അവരുടെ അഴുക്കുകളെല്ലാം താഴേക്ക് മാത്രം ഒലിച്ച് പോകാൻ പാവപ്പെട്ടവന് മേൽ അവർ സാമൂഹ്യമെന്നും ധാർമ്മികമെന്നും മൂല്യങ്ങൾ പണിയും.

ആമിനാ കലാക്ഷേത്രയിൽനിന്നും തിരിച്ച് പോരുമ്പോൾ ചിലങ്കകളുടെ സംഗീതം എന്നിൽ നൃത്തമായി നിറഞ്ഞു. ശൃംഗാരമോ ലാസ്യമോ? ഒരു പദം ഞാനും മൂളി. പക്ഷേ, അതിന് പൂർണ്ണതയുണ്ടായിരുന്നില്ല.

അൻപത്തി ആറ്

കറുത്ത പർദ്ദയിലും കറുത്ത മഫ്തയിലും കറുത്ത കാലുറകളിലും കറുത്ത കൈഉറകളിലും നില്ക്കുമ്പഴും കവിതയുടെ കുഞ്ഞ് സൂര്യനുമായി പ്രായപൂർത്തിയാകാതെ തന്നെ ഭർതൃവീട്ടിലേക്ക് പടികയറിപ്പോയ ജുവൈരിയയെ എനിക്ക് അന്വേഷിക്കണമായിരുന്നു.

സാരിത്തലപ്പ് തോളിലേക്ക് വലിച്ചിട്ടാണ് ഞാൻ ആ ചെറിയ വീടിന്റെ പടി കയറിച്ചെന്നത്. എനിക്ക് ജുവൈരിയയെ മനസ്സിലായതേ ഇല്ല. കവിതയുടെ മന്ത്രംകൊണ്ട് എന്നെ ഉണർത്തിയ പ്രിയങ്കരിയായ ആ വിദ്യാർത്ഥിനി. അവളുടെ പിറകിൽ നാല് പെൺമക്കൾ.

"ഇവരുടെ ഉപ്പ...?"

അവളുടെ വീടിന്റെ ഉമ്മറത്തെ പഴയ കസേരയിൽ ഇരുന്നുകൊണ്ട് ഞാൻ ചോദിച്ചു.

"അഞ്ച് നേരവും നിസ്കരിക്കുമായിരുന്നു. കുറെ ലഘുലേഖകളും പോസ്റ്ററുകളും എപ്പോഴും കൈയിലുണ്ടാകുമായിരുന്നു. എപ്പോഴും കുറെ ചിന്തിച്ചിരിക്കും. എനിക്കറിയില്ലായിരുന്നു. പൊലീസ് പിടിച്ച് കൊണ്ട് പോകുവോളം എനിക്കറിയില്ലായിരുന്നു. പിന്നെ ടി വി യിൽ കണ്ടപ്പോഴെല്ലാം ചുറ്റും പൊലീസുകാരുണ്ടായിരുന്നു. ഒരു കറുത്ത തുണികൊണ്ട് മുഖം മറച്ചിരുന്നു."

"എന്റെ ഇക്ക പാവമായിരുന്നു."

അവൾ ചെറിയ മകളെ ഒക്കത്തു വെച്ചു. എനിക്ക് ചായ ഇട്ടു തരാമെന്ന് ഒരുപാട് നിർബ്ബന്ധിച്ചു. കുറച്ച് പണമെടുത്ത് അവളുടെ കൈയ്യിൽ പിടിപ്പിക്കാൻ ഞാൻ പെട്ട പാട്. എന്റെ ജുവൈരിയ ഇപ്പോഴും അതേ

പത്തിരിവട്ടത്തിൽ തന്നെ.

വീണ്ടും വരാമെന്ന് പറഞ്ഞ് പടിയിറങ്ങുമ്പോൾ അവളെന്റെ കൈയിൽ വെച്ച് തന്ന ആ നോട്ടുപുസ്തകം നിറയെ കവിതകളായിരുന്നു. ഏതെങ്കിലും നല്ല പ്രസാധകരെ കിട്ടിയാൽ അത് കൊടുക്കാമെന്ന് ഞാനവൾക്ക് വാക്കു കൊടുത്തു. എന്റെ കൈയിൽ വാക്കുകൾ മാത്രമേ ഉണ്ടായിരുന്നുള്ളൂ. ആ വാക്കുകളുടെ ഊർജ്ജം അവളുടെ കണ്ണിൽ പ്രതീക്ഷയുടെ ഗസലുകൾ പരത്തി. ഇനിയും ധാരാളമെഴുതണം. നിറയെ നിറയെ......

ആദിയിൽ ഉണ്ടായത് വചനം തന്നെയായിരുന്നല്ലോ? ഹിറാ ഗുഹയിൽ കേട്ട അശിരീരി 'വായിക്കൂ' എന്നുമായിരുന്നില്ലേ?

അൻപത്തി ഏഴ്

സ്വന്തം ഭാര്യയെ മറ്റൊരുത്തന്റെ കിടക്കയിലിരുത്തി വാതിൽ പുറത്തേക്ക് ചാരിവെച്ചിരുന്ന രവിശങ്കർ മലമൂത്രത്തിൽ കിടന്ന് പാർവ്വതിയെ വിളിച്ച് കരഞ്ഞ് കരഞ്ഞ് കരഞ്ഞ് ഒരു രാത്രിക്ക് മരിച്ചു. മരണം ഹോം നഴ്സ് പോലും അറിഞ്ഞില്ല. പിറ്റേന്ന് രാവിലെയാണ് പാർവ്വതി തിരിച്ചെത്തിയത്. ഓടിക്കൊണ്ടിരിക്കെ പെട്ടെന്ന് വീണുപോയതുപോലെ പാർവ്വതിക്ക് തോന്നി. കഥകളിക്കിടയിൽ ആട്ടവിളക്ക് അണഞ്ഞതുപോലെ.

ശത്രുവുണ്ടാകണമായിരുന്നു. വേട്ടക്കാരനുണ്ടാകണമായിരുന്നു എങ്കിലേ ഒരു രസമുള്ളൂ.

അയാൾ ഒന്ന് ചത്ത് കിട്ടിയെങ്കിൽ എന്ന് ഓരോ മാസവും ആഗ്രഹിച്ചിരുന്ന പാർവ്വതിക്കിതെന്ത് പറ്റി?

അയാളുടെ മരണശേഷം നഗരത്തിൽ അവൾ വാങ്ങാൻ പോകുന്ന ഫ്ളാറ്റിന് അഡ്വാൻസ് കൊടുത്തതുമാണ്.

എന്നിട്ട്.............

സുരഭിലയായ രാത്രികൾക്ക് ശേഷം അവൾ തിരിച്ച് വരുമ്പോൾ അയാളുടെ വേദനയുടെ ഞരക്കങ്ങളും ഹോം നഴ്സ് ദേഷ്യപ്പെടുന്ന ശബ്ദവും ചേർന്നുണ്ടായിരുന്ന ആ മേളപ്പെരുക്കം ഇപ്പോഴില്ല.

ഈ വനസ്ഥലിയിൽ പാർവ്വതി എന്ന സുന്ദരി തനിച്ചായിരിക്കുന്നു. അയാൾ മരിക്കണ്ടായിരുന്നു എന്നവൾക്ക് ഉൽക്കടമായി തോന്നി. അതിശക്തമായ ഒരു ഭയം അവളെ പൊതിഞ്ഞു. ആ രാത്രി പാർവ്വതി അവളുടെ ആടയാഭരണങ്ങളഴിച്ചുവെച്ചു ഒരിക്കലും നീന്താനറിയാത്ത പാർവ്വതി ആ അർദ്ധരാത്രി പടിഞ്ഞാറെ അമ്പലക്കുളത്തിന്റെ കല്പടവുകളിറങ്ങി. താഴേക്ക് താഴേക്ക് ഊളിയിട്ടു. കുറെ വെപ്രാളക്കുമിളകൾ പൊന്തിവന്നെങ്കിലും നിഗൂഢതകൾ പേറി നില്ക്കുന്ന ആ താമരക്കുളം

പാർവ്വതിയുടെ സുന്ദര ദേഹത്തെയും തന്റെ ആഴങ്ങളിൽ ഒളിപ്പിച്ച് വെച്ചിരിക്കാം.

അൻപത്തി എട്ട്

മേരി എന്നോട് വീണ്ടും പറഞ്ഞുകൊണ്ടിരുന്നു. അവൾക്കിപ്പോഴും കഥകളെഴുതാൻ പറ്റുന്നില്ലെന്ന്.

മേരീ എനിക്ക് നിന്നെപ്പോലെ വെറുതെ പയ്യാരം പറയ്ണ പെണ്ണ്ങ്ങളെ കണ്ടുകൂടാ. മകനെപ്പറ്റിയും ഭർത്താവിനെപ്പറ്റിയും ഓർത്ത് നീ വെറുതെ വിലപിക്കുന്നതെന്തിന്? നിന്റെ ജീവിതം നീ ജീവിക്ക്.

വൈകുന്നേരം ടൗണിൽ ബസിറങ്ങിയാൽ നീ ഗ്രാമത്തിലേക്കുള്ള അടുത്ത ബസിന് ഓടണ്ട. ബസ് സ്റ്റാന്റ് ബിൽഡിങ്ങിന്റെ മുകളിലുള്ള കെ ആർ ബേക്കറിയിലെ ആ മെലിഞ്ഞ ആൺകുട്ടിയില്ലേ? അവൻ നമ്മൾ ഉദ്യോഗസ്ഥരായ സ്ത്രീകളെ കണ്ടാൽ ഒരു നല്ല ചായ തരും. നീ ആവശ്യപ്പെട്ടാൽ ഒരു ബന്നോ മുറുക്കോ തരും. പോട്ടെ ഒരു വെജിറ്റബിൾ കട്ട്ലറ്റ്.

അത് പതുക്കെ കുടിക്കുമ്പോൾ നീ ബസ്സ്റ്റാന്റിലേക്ക് ഒന്ന് വെറുതെ നോക്കൂ. അതിന്റെ മുകൾനിലയിൽനിന്ന് ബസ് സ്റ്റാന്റിലേക്കുള്ള കാഴ്ച വളരെ സുന്ദരമാണ്. ബസ് തൊഴിലാളികൾ തമ്മിലുള്ള തർക്കവും വഴിവാണിഭക്കാരുടെ വിളിച്ച് പറയലും കടല വറുക്കലും വില്ക്കലും കൊറിക്കലും ബസിലേക്ക് കയറാനുള്ള തിക്കും തിരക്കും ഇറങ്ങുന്നവരും കയറുന്നവരും തമ്മിലുള്ള മത്സരവും.

എന്റെ മേരീ നീ അവരെയും നമ്മെയും താരതമ്യപ്പെടുത്തൂ. എന്നിട്ട് പറയൂ....

ഇനി നീ വീട്ടിൽ ചെന്നാൽ നിറയെ ട്യൂഷനുള്ള നിന്റെ ഏക മകൻ പഠിക്കുന്നില്ലെന്ന് വേവലാതികൊള്ളാതെ അവനോടൊപ്പം ഒന്നിരിക്കൂ... അവന്റെ സ്കൂൾ വിശേഷങ്ങൾ ഒന്ന് തിരക്കി നോക്ക്.... ഒരുപക്ഷേ, അവൻ ചെറിയ ചെറിയ കളവുകൾ പറഞ്ഞേക്കാം. അപ്പോ നീ ഉറപ്പിച്ചോളൂ നിന്റെ കഥാപാരമ്പര്യം അവനിൽ നിക്ഷിപ്തമെന്ന്.

അവനെ നീ അക്ഷരവിരോധിയാക്കരുത്.

അലമാരയിൽ നിന്റെ വസ്ത്രങ്ങളും അടുക്കളയിൽ നിന്റെ പാത്രങ്ങളും നിന്റെ സ്നേഹം കാംക്ഷിക്കുന്നുണ്ട്. അവ ഒതുക്കിവെക്കാൻ നീയെന്തിന് വെപ്രാളപ്പെടണം?

ഇനി നിന്റെ മാർഗ്ഗം യോഗയാണെന്നും ധ്യാനമാണെന്നും നീ വെറുതെ വ്യാകുലപ്പെടുന്നു.

നോക്കൂ രാത്രി അത്താഴം കഴിച്ച് നീ കഴിക്കേണ്ട ആ വെളുത്തുള്ളി

മണമുള്ള ലേഹ്യമില്ലേ അത് നിനക്ക് ഉച്ചഭക്ഷണം കഴിഞ്ഞ് കഴിച്ചുകൂടെ?

നീ അടുക്കളയിൽനിന്നും എന്തിനാ നേരെ കിടപ്പുമുറിയിലേക്കോടുന്നത്? ഇടയ്ക്കൊരു കുളിമുറിയുടെ കാര്യം നീ മറന്നു പോയി അല്ലേ?

കോട്ടക്കലിന്റെ ആ പൽപൊടിയില്ലേ. അത് ഒരു നുള്ളെടുത്ത് രാത്രി നിനക്കൊന്ന് പല്ല് തേച്ചാലെന്താ?

ഞാനെപ്പോഴും പറയാറില്ലേ വാഷ്ബേസിനിൽനിന്നും വെള്ളം തെറിച്ച ആ നൈറ്റി നിനക്ക് ഉറങ്ങുമ്പഴെങ്കിലും ഒന്ന് മാറ്റിക്കൂടേ?

വല്ലപ്പോഴെങ്കിലും നിന്റെ മുറ്റത്തിനരികിൽ വിടർന്നു വിലസുന്ന ആ മുല്ലപ്പൂവുകൾ നിന്റെ മുടിക്കെട്ടിൽ ഒന്ന് വെറുതെ തിരുകിവെച്ചു കൂടേ?

എനിക്ക് നിന്നോട് മറ്റൊന്നും പറയാനില്ല.

സ്നേഹം കൊടുക്കലും വാങ്ങലുമാണ്. അല്ലാതെ വില പേശി വാങ്ങാമെന്ന വ്യാമോഹം....

അത് തക്കാളിയോ സബോളയോ അല്ല.

മേരീ....

എന്റെ മേരീ... ഇനി

"കർപ്പൂര ദീപങ്ങളാവട്ടെ കണ്ണുകൾ
കസ്തൂരിപോലെ മണക്കട്ടെ വാക്കുകൾ."

കവിവാക്യം സ്മരണീയം. മേരിയുടെ കണ്ണുകൾ കർപ്പൂര ദീപങ്ങളാവട്ടെ എന്ന് ഞാൻ എന്റെ അന്തരാത്മാവിന്റെ പുണ്യങ്ങളോട് കെഞ്ചി. അവളുടെ വാക്കുകൾക്ക് കസ്തൂരി മണമുണ്ടാവട്ടെ ദൈവമേ?

അവളുടെ ദുർമ്മണങ്ങളെ സഹിക്കുന്ന ആ മനുഷ്യന് കോടി പുണ്യം കിട്ടും. വെറുതെയൊരു മിശ്രവിവാഹം അല്ലാതെന്താ? മേരിക്ക് വയസ്സാവുന്നു എന്ന് അംഗീകരിക്കാൻ മേരിയെങ്കിലും തയ്യാറാകണ്ടേ?

അൻപത്തി ഒൻപത്

ഒരു മൂന്ന് മാസമെങ്കിലും ആയിക്കാണും.

എത്ര അടുത്ത കൂട്ടുകാരികളാണ് നമ്മൾ.

എന്നിട്ട് ആ നമ്മളോട് പോലും.

പണ്ടൊക്കെ അയാൾ "ദർഗ്ഗകൾ" സന്ദർശിക്കാൻ പോകുന്ന സമയത്ത് ഞങ്ങൾ സിനിമയ്ക്ക് പോവുകയോ ബീച്ചിലോ പാർക്കിലോ കറങ്ങി നടക്കുകയോ ചെയ്തിരുന്നു.

അതൊരു തരം സ്വാതന്ത്ര്യമായിരുന്നു.

അശോകാപാക്കിന്റെ മണമുള്ള എന്റെ മറിയം.

എന്നെ നിസ്സഹായയായി നോക്കി നിന്നു.

പോകുമ്പോൾ പതിവുപോലെ 'സലാം' ചൊല്ലിയാണ് പടിയിറങ്ങി

യത്. ഒന്ന് തിരിഞ്ഞു നോക്കി ചിരിച്ചിരുന്നു.

അജ്മീറിലോ നാഗൂറിലോ ഏർവാടിയിലോ?

അതോ അനേകമനേകം ദർഗ്ഗകളിൽ ഒന്നിൽ മറിയത്തിന്റെ ഭർത്താവ് പ്രാർത്ഥനാനിരതനായി ആകാശത്തേക്ക് കൈകളുയർത്തി...

ജോലിസ്ഥലത്തൊരു ലീവ് പോലും പറയാതെ എത്ര ദിവസങ്ങൾ. ഞാനവരോട് എന്താണ് പറയുക?

ഹിന്ദി പാട്ടുകൾ ഉറക്കെ വെച്ച് അവയോടൊപ്പം ഡാൻസ് ചെയ്യുമായിരുന്ന മറിയത്തിന്റെ പെൺമക്കൾ ഉപ്പയുടെ സ്കൂട്ടറിന്റെ ശബ്ദം കേട്ടാൽ പാട്ട് ഓഫ് ചെയ്ത് മക്കന ശരിയാക്കി ഉറക്കെ *ഖുറാൻ* പാരായണം ചെയ്യുമായിരുന്നു. *ഖുറാൻ* ഓതുന്നതിന്റെ മനോഹരശബ്ദം കൊണ്ട് മുഖരിതമാവണം തന്റെ ഭവനമെന്ന് അയാൾ വിശ്വസിച്ച് പോന്നു.

മൂപ്പര് മിസ്സിങ്ങാണെന്ന പത്രവാർത്ത കേൾക്കുമ്പോൾ സാന്ത്വനവുമായെത്തുന്നവരെ ഓർത്ത് മറിയം നടുങ്ങി. അവൾക്ക് അവളുടെ ജീവിതം തുറന്ന് കാണിക്കാൻ ഇഷ്ടമില്ലായിരുന്നു.

പെൺമക്കൾ രണ്ടുപേരും ഭർത്തൃവീടുകളിലാണ്. അവരറിയാതെ ആരുമറിയാതെ മൂപ്പരെ അന്വേഷിച്ച് മറിയം പുറപ്പെടാൻ തന്നെ തീരുമാനിച്ചു. എന്നോട് മാത്രമേ പറഞ്ഞുള്ളൂ.

എനിക്ക് മറിയത്തോട് അരുതെന്ന് പറയാൻ സാദ്ധ്യമല്ലായിരുന്നു. കാരണം അവളുടെ തീരുമാനങ്ങൾക്ക് പണ്ട് മുതലേ കാരിരുമ്പിന്റെ ശക്തിയുണ്ടായിരുന്നു.

ഞാൻ ഉമ്മുകുൽസുവിന്റെ മകളെയും കൂട്ടിയാണ് റെയിൽവേ സ്റ്റേഷനിൽ എത്തിയത്. നിസാമുദ്ദീൻ എക്സ്പ്രസിന്റെ ജനവാതിലിലൂടെ ഞാൻ മറിയത്തിന്റെ കൈ പിടിച്ച് നിന്നു. അവളുടെ ചെറിയ കണ്ണുകൾ എന്നോട് കരഞ്ഞുവോ അപ്പോൾ. ഉമ്മുകുൽസുവിന്റെ മകൾ എല്ലാവരോടും ചിരിച്ചുകൊണ്ട് എല്ലാവർക്കും കൈ വീശി കാണിച്ച് കൊണ്ട് ആഹ്ലാദിക്കുന്നു.

ഞാനിനിയൊരിക്കലും എന്റെ മറിയത്തെ കാണില്ല എന്ന ഒരു മിന്നൽപ്പിണർ ചിന്ത എന്റെ മനസ്സിലൂടെ കടന്നുപോയി. ആ വിജനതയിൽ എന്റെ മറിയവും തനിച്ചാകുന്നു.

എൻ എസ് എസിന്റെ ബഞ്ചിൽ നിന്നു തുടങ്ങിയ സൗഹൃദത്തിന്റെ ആ മാമ്പഴക്കാലം ഇവിടെ ഈ തീവണ്ടി സ്റ്റേഷനിൽ അവസാനിക്കുമോ?

അറുപത് വയസ്സ് പിന്നിട്ട, അവശേഷിക്കുന്ന ഞങ്ങൾ അഞ്ചുപേർക്ക് ഇപ്പോഴും മധുരപ്പതിനേഴിന്റെ മനസ്സാണെന്നോ?

എന്റെ മേദിനി നേരത്തേ പോയി

ഗിരിജ മിസിങ്.

നസ്രീൻ തീരെ വയ്യാതെ ആയി. മനസ്സും ശരീരവും തളർന്നു.

സിത്താര ജീവിതത്തോട് പടവെട്ടുന്നു.

ആലീസ് കിട്ടിയ സമ്പാദ്യംകൊണ്ടൊരു വാർദ്ധക്യ സദനം നടത്തുന്നു.

ഞാൻ ഉമ്മുകുൽസുവിന്റെ മകളുടെ ജീവിതത്തിന്റെ പിന്നാലെ അലയുന്നു.

തീവണ്ടി പതുക്കെ പിച്ച വെച്ചു.

ഞാൻ അതിനോടൊത്ത് നടക്കാൻ പ്രയാസപ്പെട്ടു. ജീവിതംപോലെ നീണ്ട തീവണ്ടിയിൽ എന്റെ മറിയവുമുണ്ട്.

പുറത്ത് തീവണ്ടി സ്റ്റേഷൻ പടവുകളിറങ്ങുമ്പോൾ എന്റെ കാൽ തെറ്റുന്നു. വല്ലാത്തൊരു തലകറക്കം. ഉമ്മുകുൽസുവിന്റെ മകൾ പകച്ച് എന്നെ നോക്കുന്നു. അവളെന്റെ കൈ അമർത്തി പിടിച്ചു എന്നെ നടത്തിച്ചു. ഒരു ചെറിയ കുട്ടിയെപ്പോലെ ഞാനവളുടെ കൈ പിടിച്ച് നടന്നു.

നിറയെ കിളികൾ ചിലയ്ക്കുന്ന വൻ മരത്തിന് താഴെ ഞാനും ഉമ്മുകുൽസുവിന്റെ മകളോടൊപ്പം ഇരുന്നു. നിലത്ത് വീതിയുള്ള കരിങ്കല്ല് ഭംഗിയായി പാകിയിരിക്കുന്നു. ആ നിഗൂഢനിറത്തിലേക്ക് പേരറിയാ മരത്തിന്റെ മഞ്ഞയും ചുവപ്പും ഇലകൾ വീണ് കിടപ്പുണ്ട്. ഉമ്മുകുൽസുവിന്റെ മകൾ വീണ്ടും വീണ്ടും ചിരിക്കുന്നു. മുൻപിലുള്ള നിതാന്തമായ ആൾക്കൂട്ടം തിരക്കിലാണ്. എത്രയും വേഗം ലക്ഷ്യത്തിലെത്തണം. ആരാണ് ലക്ഷ്യത്തിലെത്തുന്നത്? ആരാണ് പാതിവഴിയിൽ കിതച്ച് നില്ക്കുന്നത്? കാതടപ്പിക്കുന്ന സ്വരത്തിൽ തീവണ്ടികൾ വന്നും പോയും കൊണ്ടിരിക്കുന്നു. കുട്ടിക്കാലത്ത് ഉറ കുത്തിയ ഉത്തരത്തിൽ തൂങ്ങി ആടിയ സുരയ്യാത്തയുടെ രൂപം കണ്ട് ഭയന്ന കുട്ടി പലരോടും അവരുടെ മരണകാരണമന്വേഷിച്ചിരുന്നു. ഇന്നവൾക്ക് അതിന്റെ കാരണം മനസ്സിലാവുന്നു.

അവളെ അത് പഠിപ്പിച്ചത് അവളുടെ തന്നെ പെൺജീവിതമാണ്. കേവലം ഒരു പെൺജീവിതം.

9 789388 485708

Printed by Libri Plureos GmbH in Hamburg, Germany